తెలుగు పరిచయ వాచకం

基礎テルグ語

Basic Course of Modern Telugu

山田桂子 著

YAMADA Keiko

東京 大学書林 発行

はじめに

テルグ語は東南インドを中心に使用されている言語で、ドラヴィダ系諸語に属し、独自の文字と文法を持っています。2001年のインド国勢調査では約7600万人の話者がおり、アーンドラ·プラデーシュ州の公用語になっています（2010年1月現在、テランガーナ州の分離新設が決定しています）。

本書の作成にあたり、熊本大学文学部の児玉望先生、東京外国語大学アジア・アフリカ言語文化研究所のProf. Peri Bhaskararaoに、とてもひとことでは言い尽くせない多大なご助力をいただきました。本書はまた、筆者の授業に参加してくれた茨城大学人文学部の学生たちの協力の賜物でもあります。アジア・アフリカ言語文化研究所の町田和彦教授、恩師の故Dr. P. Sivananda Sarmaとご家族、故Bollavarapu Bhushanam氏ご一家、Kunam Praseeda氏、Dr. Narayana Nageshご夫妻、大学書林の佐藤氏、ロガータの滝澤さんはじめ、多くの方々のご協力をいただきました。皆々さまにこの場を借りて、心からの感謝を申し上げます。

参考文献として、現代テルグ語の代表的な辞書と文法書をあげておきます。さらなる学習にお役立て下さい。

J.P.L. Gwyn assisted by Venkateswara Sastry, J.,
A Telugu-English Dictionary, Oxford University Press, 1991.

B. Srinivasacharyulu, et al. ed., *English-Telugu Dictionary*, Telugu Academy, Hyderabad, 1995.

Bh. Krishnamurti and J.P.L. Gwyn, *A Grammar of Modern Telugu*, Oxford University Press, 1985.

2010年6月

山田 桂子

協力：東京外国語大学　アジア・アフリカ言語文化研究所 GICAS

目　次

第1部　文字と発音 …… 1
1　テルグ文字 …… 2
2　文字の発音と書き順 …… 6
3　母音記号 …… 14
4　子音記号 …… 18
5　カタカナのテルグ文字表記 …… 21

第2部　文法 …… 23
0　あいさつ …… 24
1　名詞文 …… 30
2　複数形と数 …… 38
3　人称表現 …… 48
4　斜格と所有格 …… 60
5　与格 …… 68
6　動詞 ఉండు …… 76
7　勧誘形と対格 …… 84
8　命令形 …… 92
9　過去時制 …… 100
10　現在未来時制 …… 108
11　進行形と動名詞 …… 118
12　不定詞1 …… 126

13　不定詞２ …… 134
14　連用分詞 …… 140
15　連体分詞 …… 150
16　動詞のまとめ …… 162
17　接続詞と複文 …… 170
18　間投詞と反復語 …… 176
19　日常会話例 …… 180
20　文章読解 …… 188
付録１　連声規則 …… 192
付録２　親族名称 …… 193
付録３　代名詞の格変化一覧 …… 196
付録４　動詞活用例一覧 …… 199

第３部　語彙集 …… 215

品詞の略記号一覧

名	一般名詞
代	代名詞
人	人名
地	地名
固	固有名詞
数	数詞
疑	疑問詞
形	形容詞
副	副詞
動	動詞
助	助動詞
後	後置詞
接辞	接辞
接続	接続詞
間	間投詞

第１部　文字と発音

1 テルグ文字

— తెలుగు అక్షరాలు **telugu akṣarālu** —

テルグ文字は表音文字です。全体の配列はインドの古典語サンスクリットに準じており、規則性があります。

母 音 字

అ	ఆ	ఇ	ఈ	ఉ	ఊ	ఋ	
a	ā	i	ī	u	ū	ṛ	
ఎ	ఏ	ఐ	ఒ	ఓ	ఔ	ం	ః
e	ē	ai	o	ō	au	(a) ṃ	(a) ḥ

ローマ字の周囲に付いている記号はダイアクリティカル・マークで、ā のように上に付いている長い横棒は長音を示します。最後にある ం と ః は前に a をつけて「アム」「アハ」と発音し、それらは母音に分類されます。日本語では 50 音のことを「あいうえお」と言いますが、テルグ語では同様の文字一覧のことを「ア、アー、イ、イー」と呼びます。「ア、アー、イ、イー」の表にある文字の形は字母と呼ばれ、後述する結合文字の基本になります。

子　音　字

క	ఖ	గ	ఘ	ఙ
ka	kha	ga	gha	ṅa
చ	ఛ	జ	ఝ	ఞ
ca	cha	ja	jha	ña
ట	ఠ	డ	ఢ	ణ
ṭa	ṭha	ḍa	ḍha	ṇa
త	థ	ద	ధ	న
ta	tha	da	dha	na
ప	ఫ	బ	భ	మ
pa	pha	ba	bha	ma

య	ర	ల	ళ	వ	శ	ష	స	హ
ya	ra	la	ḷa	wa	śa	ṣa	sa	ha

「ア、アー、イ、イー」の配列は、「あかさたな」の並びによく似ています。なぜなら、ともにサンスクリットから作られたからです。次を見て下さい。

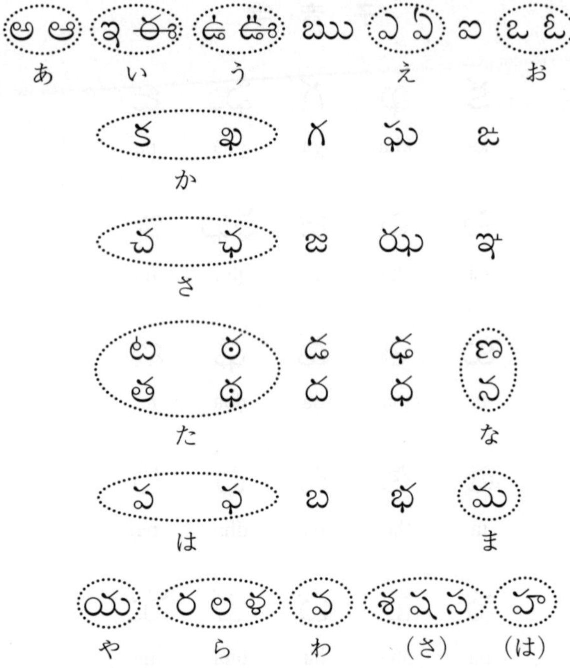

テルグ語では短母音・長音・二重母音は区別されます。子音の１～５行目は左から右へ、①無声・無気、②無声・有気、③有声・無気、④有声・有気、⑤鼻音の順で並んでいます。無声音は声帯が振動しない音、有声音は声帯が振動する音、無気音は呼気があまり出ない音、有気音（帯気音）は呼気が強く出る音です。有気音は、「ハ」とは発音していませんが、呼気が強く出ているために、例えば１行目では、「カ、カハ、ガ、ガハ」と聞こえます。

また、同じく子音の１～５行の縦の並びは舌と唇の位置を表し、発音の起こる位置が後ろから前へ来るように配列されています。つまり、第1行（క～ఙ）は、舌の奥と上あごの奥（軟口蓋）の間を開閉させて発音します（軟口蓋音)。第2行（చ～ఞ）は、舌先よりやや後ろを上あごに付け、摩擦させます（口蓋破裂音)。第3行（ట～ణ）は、舌先を上向きに曲げ、その舌先と上あごとの間を開閉します（反舌音)。舌先を上に曲げる発音はインド諸語の大きな特徴で、ダイアクリティカル・マークの下点は、舌を上に曲げる音に付いています。第4行は（త～న）は、舌先を曲げずに前歯茎の裏に近付け、開閉させます（歯音)。第5行（ప～మ）は、両唇を開閉させる音です（唇音)。

	無声·無気	無声·有気	有声·無気	有声·有気	鼻　音
軟口蓋音	క [ka]	ఖ [kha]	గ [ga]	ఘ [gha]	ఙ [ṅa]
口蓋破擦音	చ [ca]	ఛ [cha]	జ [ja]	ఝ [jha]	ఞ [ña]
反舌音	ట [ṭa]	ఠ [ṭha]	డ [ḍa]	ఢ [ḍha]	ణ [ṇa]
歯　音	త [ta]	థ [tha]	ద [da]	ధ [dha]	న [na]
唇　音	ప [pa]	ఫ [pha]	బ [ba]	భ [bha]	మ [ma]

半母音	摩擦音	声門音
య [ya]　ర [ra]　ల [la]　ళ [ḷa]　వ [wa]	శ [śa]　ష [ṣa]　స [sa]	హ [ha]

2　文字の発音と書き順

— పలుకు, రాత **paluku, rāta** —

テルグ文字では、基本的にひとつの文字にひとつの音が対応しています。ただし、少数ながら複数の発音を持つ文字もあります。下に各文字の発音要領と書き順を示しました。書き順の全体的な傾向としては、左から右へ、下から上へと筆運びをします。

1　అ [a]

短母音の「ア」。

2　ఆ [ā]

長母音の「アー」。単独の発音では口を上記の「ア」よりも大きくあけます。また、æ の表記に使われる場合もあります。

3　ఇ [i]

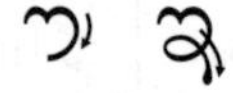

短母音の「イ」。

4　ఈ [ī]

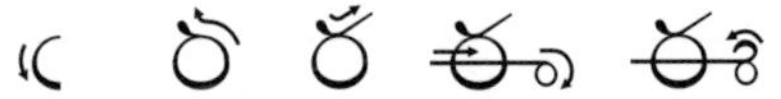

長母音の「イー」。

5　ఉ [u]

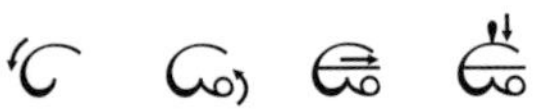

短母音の「ウ」。唇を丸くし前に突き出します。

6 ఊ [ū] 

長母音の「ウー」。唇を丸くし前に突き出します。

7 ఋ [ṛ] 

音声的には42の子音（r）と同じですが、現れ方の特徴から分類上母音扱いされます。ごく少数のサンスクリット系単語で使われます。

8 ఎ [e] 

短母音の「エ」。語頭に来る場合は「イエ」と発音されることもあります。

9 ఏ [ē] 

長母音の「エー」。語頭に来る場合は「イエー」と発音されることもあります。また、ǣの表記に使われる場合もあります。

10 ఐ [ai] 

口の構えが「ア」から「イ」へ変化する二重母音。

11 ఒ [o] 

短母音の「オ」。

12 ఓ [ō] 

長母音の「オー」。

13 ఔ [au] 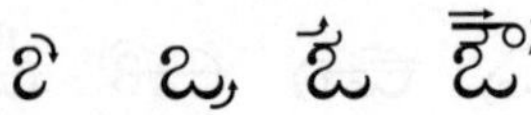

口の構えが「ア」から「ウ」へ変化する二重母音。

14 ం [ṃ] 

日本語の「ン」とよく似た記号です。「ム」または「ン」と発音されます。

15 ః [ḥ] 

声門音の「ハ」。音声的には 49（హ [ha]）の子音と同じです。

16 క [ka] 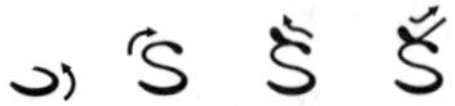

無声・無気音の「カ」。

17 ఖ [kha] 

無声・有気音の「カ」。

18 గ [ga] 

有声・無気音の「ガ」。

19 ఘ [gha] 

有声・有気音の「ガ」。

20 ఙ [ṅa] 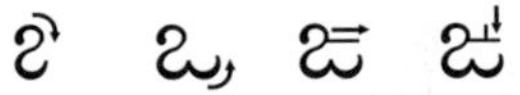

16（క [ka]）と同じ舌の位置で発音する鼻音の「ナ」。ごく少数のサンスクリット系単語で使われます。

21 చ [ca]

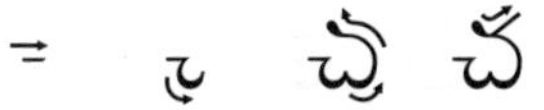

無声·無気音の「ツァ（tsa）」または「チャ（tʃæ）」。後ろに来る母音によって発音が変わり、覚える時は「ツァ・ツゥ・ツォ・チ・チェ」と言って練習しますが、「ツァ」「ツゥ」「ツォ」はしばしば「チャ」「チュ」「チョ」とも発音されます。

22 ఛ [cha]

無声・有気音の「チャ」。

23 జ [ja]

有声・無気音の「ヅァ」または「ヂャ」。

24 ఝ [jha]

有声・有気音の「ヂャ」。

25 ఞ [ña]

21（చ [ca]）と同じ舌の位置で発音する鼻音の「ナ」。ごく少数のサンスクリット系単語で使われます。

26 ట [ṭa]

無声・無気・反舌音の「タ」。舌の先を上に曲げます。

27 ఠ [ṭha] 

無声・有気・反舌音の「タ」。舌の先を上に曲げます。

28 డ [ḍa] 

有声・無気・反舌音の「ダ」。舌の先を上に曲げます。

29 ఢ [ḍha] 

有声・有気・反舌音の「ダ」。舌の先を上に曲げます。

30 ణ [ṇa] 

26（ట [ṭa]）と同じ舌の位置で発音する鼻音の「ナ」。

31 త [ta] 

無声・無気の「タ」。

32 థ [tha] 

無声・有気の「タ」。しばしば、34（ధ [dha]）と混同されます。

33 ద [da] 

無声・無気の「ダ」。

34 ధ [dha] 

有声・有気の「ダ」。

35 న [na] 

31(త [ta])と同じ舌の位置で発音する鼻音の「ナ」。

36 ప [pa] 

無声・無気の「パ」。

37 ఫ [pha] 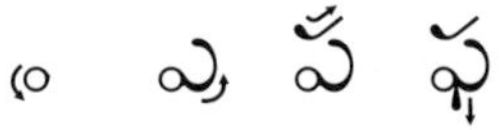

無声・有気の「パ」。摩擦音のファ（fa）の表記に使われる場合もあります。

38 బ [ba] 

有声・無気の「バ」。

39 భ [bha] 

有声・有気の「バ」。

40 మ [ma] 

36（ప [pa]）の唇の動きで発音する鼻音の「マ」。

41 య [ya] 

半母音の「ヤ」。

42 ర [ra] 

半母音の「ラ」。舌の両脇を閉じ、舌先を上あごに付けずに後ろから前へ弾いて発音します。

43 ల [la] 

半母音の「ラ」。舌の両脇を開き、舌先で前歯の裏を弾いて発音します。直前に反舌音が来る場合には、次の 44（ళ [ḷa]）と同じ発音になります。

44 ళ [ḷa] 

半母音の「ラ」。舌を上に曲げ、26（ట [ṭa]）の位置で発音します。

45 వ [wa] 

半母音の「ワ」。下唇を前歯に近づけて「ヴァ」とも発音されます。

46 శ [śa] 

摩擦音の「シャ」。舌先を持ち上げて発音します。48（స [sa]）と混同されることがあります。

47 ష [ṣa] 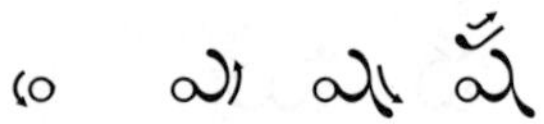

摩擦音の「シャ」。舌を上に曲げる反舌音の位置で発音します。

48 స [sa] 

摩擦音の「サ」。舌先を前歯の後ろに近づけて発音します。

49 హ [ha] 

声門音の「ハ」。

＜字体の特徴と区別のしかた＞

テルグ文字の多くには、上に［✓］の記号がついており、頭髪やターバンを意味するタラカット［talakaṭṭu］という名で呼ばれています。また、多くの有気音には下に［▲］という記号が見られます。これら以外にも、部分的に形が似ている文字があり、例えば下のようなグループに分けることができます。

① ఋ ఒ ఓ ఔ ఙ జ బ భ	② ఘ ఝ మ య
③ ప ఫ వ ష హ	④ అ ఆ ట త ల
⑤ ఉ ఊ డ ఢ	⑥ ఎ ఏ ఐ
⑦ ఱ ఠ ర	⑧ థ ద ధ
⑨ చ ఛ బ భ	⑩ న స
⑪ ళ శ	⑫ ఇ ఞ

⑬（どれとも似ていないもの） క ఖ గ ణ

音声学的に規則的に並べられた「ア、アー、イ、イー」と異なり、有気音記号を除けば、文字の形と発音との間にあまり規則的な関係はありません。

3　母音記号

— గుణింతాలు guṇiṃtālu —

これまで学んだ子音字母には、すでに短母音 a が含まれています。子音が a 以外の母音と結合するときには、子音字母に下のような母音記号を添えた結合文字を使用します。

◌ా	◌ి	◌ీ	◌ు	◌ూ	◌ృ
ఆ [ā]	ఇ [i]	ఈ [ī]	ఉ [u]	ఊ [ū]	ఋ [ṛ]
◌ె	◌ే	◌ై	◌ొ	◌ో	◌ౌ
ఎ [e]	ఏ [ē]	ఐ [ai]	ఒ [o]	ఓ [ō]	ఔ [au]

母音記号が子音字母の上に付く場合は、母音記号とタラカットが入れ替わります。それ以外の場合は、タラカットは原則的にはそのまま残ります。母音記号の書き順を、క [ka] 行を例に見て下さい。

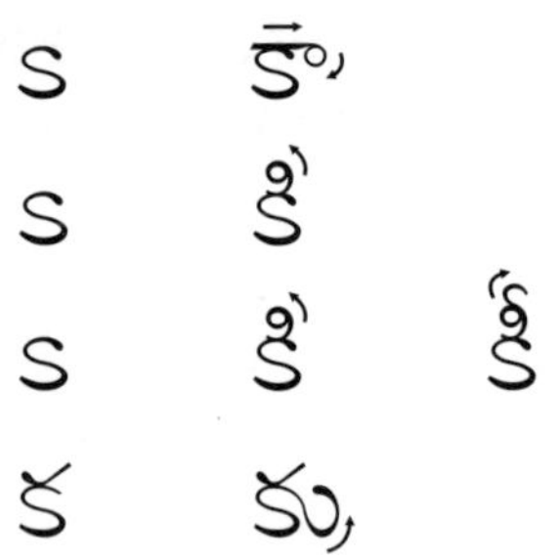

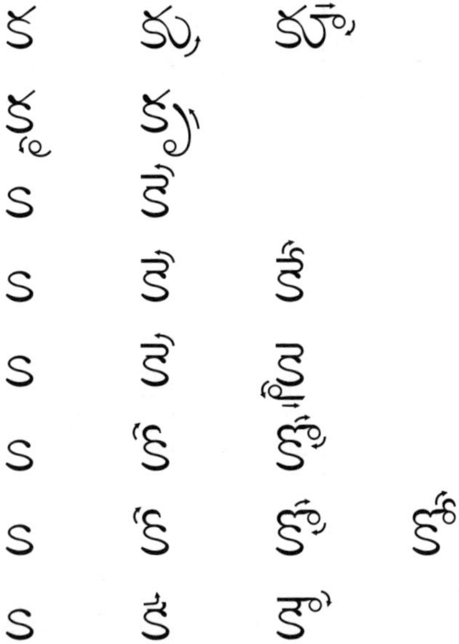

母音をのぞいた純粋な子音だけを表すには、字母の上に［్］という記号を書きます。書き順は次のとおりです。

子音字と母音記号のすべての組み合わせを次に示しました。変則的な文字もあるので、1文字ずつ確認して正確におぼえましょう。

క్	క	కా	కి	కీ	కు	కూ	కృ	కె	కే	కై	కొ	కో	కౌ	కం	కః
ఖ్	ఖ	ఖా	ఖి	ఖీ	ఖు	ఖూ	ఖృ	ఖె	ఖే	ఖై	ఖొ	ఖో	ఖౌ	ఖం	ఖః
గ్	గ	గా	గి	గీ	గు	గూ	గృ	గె	గే	గై	గొ	గో	గౌ	గం	గః
ఘ్	ఘ	ఘా	ఘి	ఘీ	ఘు	ఘూ	ఘృ	ఘె	ఘే	ఘై	ఘొ	ఘో	ఘౌ	ఘం	ఘః
	ఙ														
చ్	చ	చా	చి	చీ	చు	చూ	చృ	చె	చే	చై	చొ	చో	చౌ	చం	చః
ఛ్	ఛ	ఛా	ఛి	ఛీ	ఛు	ఛూ	ఛృ	ఛె	ఛే	ఛై	ఛొ	ఛో	ఛౌ	ఛం	ఛః
జ్	జ	జా	జి	జీ	జు	జూ	జృ	జె	జే	జై	జొ	జో	జౌ	జం	జః
ఝ్	ఝ	ఝా	ఝి	ఝీ	ఝు	ఝూ	ఝృ	ఝె	ఝే	ఝై	ఝొ	ఝో	ఝౌ	ఝం	ఝః
	ఞ														
ట్	ట	టా	టి	టీ	టు	టూ	టృ	టె	టే	టై	టొ	టో	టౌ	టం	టః
ఠ్	ఠ	ఠా	ఠి	ఠీ	ఠు	ఠూ	ఠృ	ఠె	ఠే	ఠై	ఠొ	ఠో	ఠౌ	ఠం	ఠః
డ్	డ	డా	డి	డీ	డు	డూ	డృ	డె	డే	డై	డొ	డో	డౌ	డం	డః
ఢ్	ఢ	ఢా	ఢి	ఢీ	ఢు	ఢూ	ఢృ	ఢె	ఢే	ఢై	ఢొ	ఢో	ఢౌ	ఢం	ఢః
ణ్	ణ	ణా	ణి	ణీ	ణు	ణూ	ణృ	ణె	ణే	ణై	ణొ	ణో	ణౌ	ణం	ణః
త్	త	తా	తి	తీ	తు	తూ	తృ	తె	తే	తై	తొ	తో	తౌ	తం	తః
థ్	థ	థా	థి	థీ	థు	థూ	థృ	థె	థే	థై	థొ	థో	థౌ	థం	థః
ద్	ద	దా	ది	దీ	దు	దూ	దృ	దె	దే	దై	దొ	దో	దౌ	దం	దః
ధ్	ధ	ధా	ధి	ధీ	ధు	ధూ	ధృ	ధె	ధే	ధై	ధొ	ధో	ధౌ	ధం	ధః
న్	న	నా	ని	నీ	ను	నూ	నృ	నె	నే	నై	నొ	నో	నౌ	నం	నః

ప్	ప	పా	పి	పీ	పు	పూ	పృ	పె	పే	పై	పొ	పో	పౌ	పం	పః
ఫ్	ఫ	ఫా	ఫి	ఫీ	ఫు	ఫూ	ఫృ	ఫె	ఫే	ఫై	ఫొ	ఫో	ఫౌ	ఫం	ఫః
బ్	బ	బా	బి	బీ	బు	బూ	బృ	బె	బే	బై	బొ	బో	బౌ	బం	బః
భ్	భ	భా	భి	భీ	భు	భూ	భృ	భె	భే	భై	భొ	భో	భౌ	భం	భః
మ్	మ	మా	మి	మీ	ము	మూ	మృ	మె	మే	మై	మొ	మో	మౌ	మం	మః
య్	య	యా	యి	యీ	యు	యూ	యృ	యె	యే	యై	యొ	యో	యౌ	యం	యః
ర్	ర	రా	రి	రీ	రు	రూ	రృ	రె	రే	రై	రొ	రో	రౌ	రం	రః
ల్	ల	లా	లి	లీ	లు	లూ	లృ	లె	లే	లై	లొ	లో	లౌ	లం	లః
ళ్	ళ	ళా	ళి	ళీ	ళు	ళూ	ళృ	ళె	ళే	ళై	ళొ	ళో	ళౌ	ళం	ళః
వ్	వ	వా	వి	వీ	వు	వూ	వృ	వె	వే	వై	వొ	వో	వౌ	వం	వః
శ్	శ	శా	శి	శీ	శు	శూ	శృ	శె	శే	శై	శొ	శో	శౌ	శం	శః
ష్	ష	షా	షి	షీ	షు	షూ	షృ	షె	షే	షై	షొ	షో	షౌ	షం	షః
స్	స	సా	సి	సీ	సు	సూ	సృ	సె	సే	సై	సొ	సో	సౌ	సం	సః
హ్	హ	హా	హి	హీ	హు	హూ	హృ	హె	హే	హై	హొ	హో	హౌ	హం	హః

以上、これまで学んだ文字の他にも、時々使われる文字があります。ఁ という文字は半鼻母音を表す文字ですが、「ア、アー、イ、イー」の一覧には入りません。ఋ の長音 ౠ は、日常的には使いませんが、「ア、アー、イ、イー」の一覧に入っていることがあります。また、ర は少し前まで ఱ [ra] とも書いていました。さらに、例えば హో を హెూ と書く表記などがあります。

4　子音記号

— హల్లుల వత్తులు hallula wattulu —

ふたつ以上の子音が連続する場合は、２番目以降に来る子音に子音記号を使います。各子音記号を、字母の配置に沿って示しました。

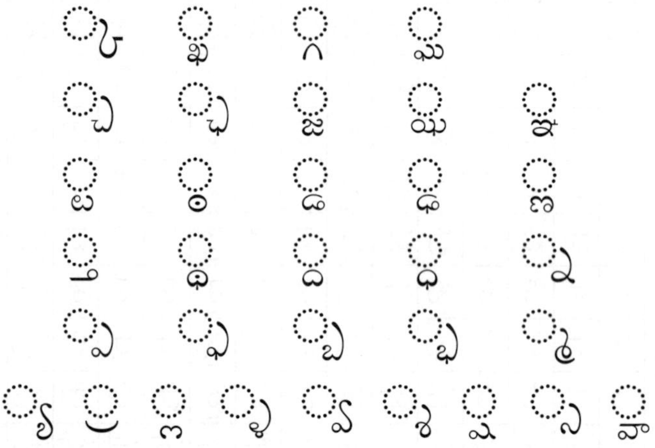

子音記号は、直前の字母の下に小さく書き込むか、右斜め下に書き込んで末尾を上に長く伸ばします。ほとんどが字母からタラカットを除いた形ですが、క త న మ య ర ల వ の８つの子音記号は字母と形が全く異なります。それぞれの書き順は、次のとおりです。

4　子音記号

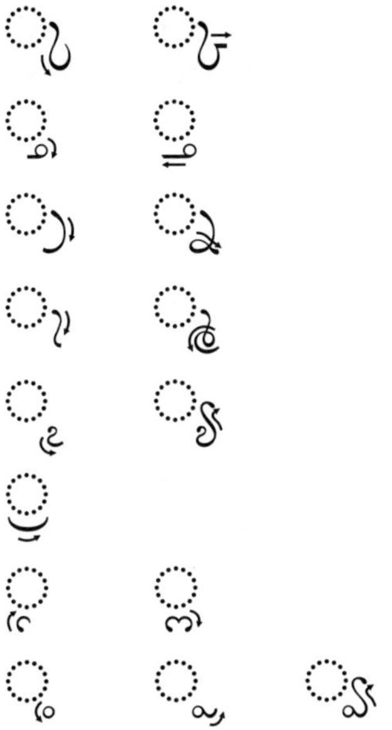

子音字母・子音記号・母音記号の３つの組み合わせは、次の要領になります（例はక్క［kka］行）。

క్క　క్కా　క్కి　క్కీ　క్కు　క్కూ　క్కృ

క్కె　క్కే　క్కై　క్కొ　క్కో　క్కౌ　క్కం　క్కః

子音記号にも例外表記があります。たとえば、ప్పు を ప్పు と書く場合があります。また、ష の子音記号は、క と結合するときに限り、次のものを使います。

క్ష　క్షా　క్షి　క్షీ ・・・

また、ళ の子音記号はしばしば ల の子音記号に入れ替わります。

వాళ్ళు = వాళ్లు　　　పెళ్ళి = పెళ్లి

次は、子音字がふたつ以上連続する単語の例です。

కుక్క 犬	ఆంధ్ర アーンドラ	తప్పు! こら！
క్షణం 瞬間	కృష్ణ クリシュナ	జ్ఞానం 知識
శాస్త్రం 科学	స్త్రీ 女性	అమర్త్య 不死の

最後はテルグ数字です。テルグ暦（పంచాంగం）やバスの車体番号などで見かけることがあります。（各数字の発音は46頁）

౦	౧	౨	౩	౪	౫	౬	౭	౮	౯
0	1	2	3	4	5	6	7	8	9

5　カタカナのテルグ文字表記

— కతకననొ తెలుగుమొజిహ్యోకి —

カタカナとテルグ文字のだいたいの対応の目安を下に示しました。テルグ文字表記の一般的なルールでは、母音字 అఇఉఎఒ は語頭にしか来ません。語中に単独の母音が来る場合、అ の代わりに వ か య を、ఇఉఎఒ には యివుయెవొ を使います。例えば「井上」は、ఇనొఉఎ ではなく ఇనొవుయె と書きます。また、日本語のザ行の音は జ で代用しますが、特別に ౙ と書く場合もあります。

ア	イ	ウ	エ	オ
అ/వ/య	ఇ/యి	ఉ/వు	ఎ/యె	ఒ/వొ

カ	キ	ク	ケ	コ	キャ	キュ	キョ
క	కి	కు	కె	కొ	క్య	క్యు	క్యొ
サ	シ	ス	セ	ソ	シャ	シュ	ショ
స	సి	సు	సె	సొ	శ	శు	శొ
タ	チ	ツ	テ	ト	チャ	チュ	チョ
త	చి	త్సు	తె	తొ	చ	చు	చొ
ナ	ニ	ヌ	ネ	ノ	ニャ	ニュ	ニョ
న	ని	ను	నె	నొ	న్య	న్యు	న్యొ

ハ	ヒ	フ	ヘ	ホ	ヒャ	ヒュ	ヒョ
హ	హి	హు	హె	హొ	హ్య	హ్యు	హ్యొ
マ	ミ	ム	メ	モ	ミャ	ミュ	ミョ
మ	మి	ము	మె	మొ	మ్య	మ్యు	మ్యొ
ヤ		ユ		ヨ			
య		యు		యొ			
ラ	リ	ル	レ	ロ	リャ	リュ	リョ
ర	రి	రు	రె	రొ	ర్య	ర్యు	ర్యొ
ワ				ヲ	ン		
వ				వొ	ం		
ガ	ギ	グ	ゲ	ゴ	ギャ	ギュ	ギョ
గ	గి	గు	గె	గొ	గ్య	గ్యు	గ్యొ
ザ	ジ	ズ	ゼ	ゾ	ジャ	ジュ	ジョ
జ	జి	జు	జె	జొ	జ్య	జ్యు	జ్యొ
ダ	ヂ	ヅ	デ	ド	(デャ	デュ	デョ)
ద	జి	జు	దె	దొ	(ద్య	ద్యు	ద్యొ)
バ	ビ	ブ	ベ	ボ	ビャ	ビュ	ビョ
బ	బి	బు	బె	బొ	బ్య	బ్యు	బ్యొ
パ	ピ	プ	ペ	ポ	ピャ	ピュ	ピョ
ప	పి	పు	పె	పొ	ప్య	ప్యు	ప్యొ

第2部　文法

0　あいさつ

― こんにちは　నమస్కారమండి ―

〈会話〉

田中：నమస్కారమండి.　నా పేరు తనక.
namaskāramaṃḍi　nā　pēru　tanaka
మీ పేరు ఏమిటండి?
mī　pēru　ēmiṭaṃḍi

ラーウ：నమస్తే.　నా పేరు రావు.
namastē　nā　pēru　rāwu
బాగున్నారా తనకగారూ?
bāgunnārā　tanakagārū

田中：బాగున్నానండి,　రావు గారు.
bāgunnānaṃḍi　rāwu　gāru

[訳]

田中：こんにちは。私の名前は田中です。
あなたのお名前は何ですか？

ラーウ：こんにちは。私の名前はラーウです。
お元気ですか、田中さん？

田中：ええ元気です、ラーウさん。

[単語]

-అండి 接辞 ～です	పేరు 名 名前
ఏమిటి 疑 何？	బాగున్నాను 私は元気です
-గారు 接辞 ～さん，～様	బాగున్నారా あなたは元気ですか
నమస్కారం, నమస్తే 間 こんにちは	మీ あなたの
నా 私の	రావు 人 ラーウ，ラオ

0－1　あいさつ

(1) 出会いのあいさつ

もっとも一般的な語は నమస్కారం (నమస్కారమండి)、నమస్కార్、నమస్తే で、おはよう、こんにちは、こんばんは、はじめまして、などとして広く使われます。英語の హెల్లో (hello) や హాయ్ (hi) も使われ、హెల్లో は電話の「もしもし」としても使われます。イスラーム教徒は、しばしばウルドゥー語の అస్సలాం (assalāṃ) を用います。模範的な会話では、これらの言葉に続けて、次のようなやりとりがあります。

問：బాగున్నారా？お元気ですか？

答：ఆc， బాగున్నాను. (బాగున్నానండి) ええ、元気です。

(2) 別れのあいさつ

「さようなら」や「それではまた」などに相当するのは、మంచిది (మంచిదండి)、ఉంటాను (ఉంటానండి)、వెళ్లొస్తాను (వెళ్లొస్తానండి) で、どれも日常的に使われます。

（3）お礼・お詫び表現

軽くお礼やお詫びを言う習慣は英語とともに入ってきたので、thanks に対応する థాంక్స్(థాంక్స్అండి)や sorry に対応する సారీ(సారీ అండి) といった英語のテルグ語訛りを使います。「感謝します」を意味する కృతజ్ఞత（కృతజ్ఞతలు）、ధన్యవాదం（ధన్యవాదాలు）や、「許して下さい」を意味する క్షమించు（క్షమించండి）もありますが、非常に文語的で日常会話には用いられません。

0−2　丁寧表現

（1）文末の అండి

「〜です」「〜ます」にあたる丁寧の接辞ですが、日本語とは異なり、すべての文末に付けて文体を統一させたりはせず、ところどころに使う方が自然です。また、呼びかけの際は語尾が長く（అండీ）なります。

（2）人名＋గారు

目上の人や初対面の人に対し、男女を問わず用います。呼びかけの時は語尾が長音（గారూ）になります。「〜さん」というよりも「様」に近い堅苦しい語なので、相手の地位や年齢が高い場合や、格別の敬意を表す場合に用いますが、それ以外は普通初対面の時にだけ用い、その後は呼び捨てやニックネームになります。

0−3　連声

ある単語の語尾の音が、次に来る語の語頭の音と結合することを連声（れんじょう）（sandhi）と言います。もっとも頻繁に使われる連声規則は、語尾の短母音と語頭の母音が結合すると、前の短母音が落ちるというものです【連声１】。しかし、前の語の語尾が長母音の場合は落ちません。

例）మీ + పేరు + ఏమిటి + అండి ? → మీపేరేమిటండి ?
　　కుర్చీ 椅子 + అండి ? → కుర్చీ అండి ? 椅子ですか ?

サンスクリット系の単語では、語尾 అ と語頭 ఉ が結合すると ఓ になります。【連声２】

例）అరుణ 茜色 + ఉదయం 朝 = అరుణోదయం 日の出・曙
　　వసంత 春 + ఉత్సవం 祭 = వసంతోత్సవం 春の祭（ホーリー）

連声では複数の語が表記上も連結するので、文章を読む場合は、つながって書かれているものを単語ごとに正しく分割しなければなりません。ふたつ目以降の単語の語頭の音を特定できなければ、辞書を引いたり正しく意味を推測することができません。そこで、主な連声規則だけではなく、テルグ語らしい音感を身に付けることも重要です。ひと続きの文を単語の目星を付けながら分割し、なんとか辞書がひけるようになれば、上級者といえます。

0－4　テルグ語のひびき

テルグ語では一般的に、１音節の語は必ず長母音でおわり、２音節以上の語は短母音でおわります。外来語など子音でおわる語の語尾に ఉ を付けたり、長母音でおわる名詞の語尾を短母音にしたりすると、テルグ語風に聞こえます。

例）నమస్కారం namaskāraṃ

← namaskār（サンスクリット、ヒンディー）

హైదరాబాదు ハイダラーバード haidarābādu

← haidarābād（ペルシャ）

సాంబారు サンバル sāṃbāru ← sāṃbār（タミル）

స్టేషను 駅 sṭēṣanu ← station（英）

チャールミナールはこれです。

1　名詞文

— ハイダラーバードで　హైదరాబాద్లో —

〈会話〉

田中：ఇదే చార్మినారా ?
idē　cārminārā

ラーウ：అవునండి. ఇది చార్మినారు.
awunaṃḍi　idi　cārminārū

田中：చాలా బాగుందండి. జమామసీదు అదా ?
cālā　bāguṃdaṃḍi　jamāmasīdu　adā

ラーウ：కాదండి. అది జమామసీదు కాదు. అది
kādaṃḍi　adi　jamāmasīdu　kādu　adi

మక్కామసీదు.
makkāmasīdu

田中：అవునా ? మరి అదేమిటండి ?
awunā　mari　adēmiṭaṃḍi

ラーウ：అది గుడి.
adi　guḍi

田中：గోల్కొండ ఎక్కడ ?
gōlkoṃḍa　ekkaḍa

ラーウ：గోల్కొండ కొంచెం దూరం.
gōlkoṃḍa　koṃceṃ　dūraṃ

[訳]

田中：これがチャールミナールですか？
ラーウ：はいそうです。これはチャールミナールです。
田中：とてもきれいですね。ジャマー・マスジットはあれですか？
ラーウ：いいえ違います。あれはジャマー・マスジットではありません。あれはメッカ・マスジットです。
田中：そうですか？　では、それは何ですか？
ラーウ：それはヒンドゥー寺院です。
田中：ゴールコンダ城はどこですか？
ラーウ：ゴールコンダ城は少し遠いです。

[単語]

అది [代] あれ，それ
అవును [間] はい
-ఆ [接辞] ～か？
ఇది [代] これ
ఎక్కడ [疑] どこ
-ఏ [接辞] ～こそ
కాదు いいえ，～ではない
కొంచెం [副] すこし
గుడి [名] ヒンドゥー寺院
గోల్కొండ [固] ゴールコンダ城
చార్మినారు [固] チャールミナール
చాలా [副] とても
జమామసీదు [固] ジャマー・マスジット
దూరం [名] 距離 [形] 遠い
బాగుంది きれい，良い
మక్కామసీదు [固] メッカ・マスジット
మరి [間] では
మసీదు [名] マスジット，モスク
లో [後] ～の中，～のところ
హైదరాబాద్ [地] ハイダラーバード

1－1　指示代名詞とその疑問詞

単数の指示代名詞は ఇది（これ）と అది（あれ・それ）で、疑問詞は ఏది（どれ）と ఏమిటి（何）です。ఏమిటి は ఏమి や ఏం という形になる場合もあります。一般に、ఇ と ఈ は話者から近い距離、అ と ఆ はそれ以外の場合、ఎ と ఏ は疑問を表します。

例）	ఈ この	ఆ その・あの	ఏ どの
	ఇంత, ఇన్ని この位	అంత, అన్ని その・あの位	ఎంత, ఎన్ని どの位
	ఇప్పుడు 今	అప్పుడు その・あの時	ఎప్పుడు いつ
	ఇక్కడ ここ	అక్కడ そこ・あそこ	ఎక్కడ どこ
	ఇలా / ఇట్లా このように	అలా / అట్లా その・あのように	ఎలా / ఎట్లా どのように
	ఇటు こっち	అటు そっち・あっち	ఎటు どっち

1－2　名詞文

構文は基本的に日本語と同じです。「AはBだ」というタイプの、動詞を使わない文を名詞文といいます。肯定文では、「AB」と並べるだけで自動的にAが主語、Bが述語になります。「AはBではない」という否定文は、「AB కాదు」（または కావు → 40頁）となります。

例）ఇది హైదరాబాద్ బిర్యాని.

　　これはハイダラーバード・ビリヤーニだ。

　హైదరాబాద్ బిర్యాని ఇది కాదు.

　　ハイダラーバード・ビリヤーニはこれではない。

名詞文には時制を表す動詞がないので、文脈で判断します。

例）నిన్న వర్షం. ఈవాళ వర్షం. రేపు కూడా వర్షమే.
　　昨日は雨だった。今日も雨だ。明日もきっと雨だろう。

1－3　カンマ記号

現在のテルグ語ではピリオド（.)、感嘆符（！)、疑問符（？）が使われます。カンマには英語とは異なる用法として、次に説明するように尻上がりのイントネーションを表す用法があります。

（1）文と文をつなぐ

ふたつ以上の文を結び、日本語の読点と似ています。順接ではカンマ直前の語の語尾が長音になり、尻上がりに発音します。逆接では、日本語の「が」「しかし」にあたる接続詞 కాని (గాని), కానీ (గానీ) の後ろにカンマが付き、やはり尻上がりになります。

例）ఇది దోసే, ↗　అది ఊతప్పమూ, ↗　అది ఉప్మా.
　　これはドーセ、あれはウータッパム、あれはウップマだ。
　ఇది హోటలు కాదు కాని, ↗　అదే హోటలు.
　　これは食堂ではないが、あれが食堂だ。

（2）語と語をつなぐ

テルグ語には日本語の「～と」に当たる語がありません。「～と」と言いたい場合は「～と」で結ぶ単語の語尾を長くします。この時カンマが入ると尻上がりのイントネーションになり、入らなければ尻上がりにならず、ただひと続きに発音されます。

例）సీతమ్మా(,↗) సుబ్బమ్మా(,↗) మాచమ్మా(,↗) కూచమ్మా.
シータンマとスッバンマとマーチャンマとクーチャンマ

「AかBか」という文では、「A కానీ B కానీ」となり、この時カンマは入りませんが、イントネーションは尻上がりになります。

例）సీతమ్మ కానీ↗ సుబ్బమ్మ కానీ↗ మాచమ్మ కానీ↗ కూచమ్మ కానీ
シータンマか、スッバンマか、マーチャンマか、クーチャンマか、

1－4　疑問文

（1）疑問の接辞 ఆ

「～ですか？」という疑問文では、疑問となる語の末尾に ఆ が付き、尻上がりのイントネーションになります。また、このような疑問文に対する答えは、「はい」は అవును、「いいえ」は కాదు（または కావు → 40頁）です。

例）ఇది మినర్వ కాఫీ షాపా？↗
これはミネルヴァ・コーヒーショップか？
మినర్వ కాఫీ షాప్ ఇదా？↗
ミネルヴァ・コーヒーショップはこれか？
ఇదా↗ మినర్వ కాఫీ షాప్？
これがミネルヴァ・コーヒーショップか？

上の２番目の例文にあるように、語尾 ఇ でおわる語の次に疑問接辞 ఆ が来ると、表記は ఇ が消えて ఆ が残りますが（連声１→ 27

頁)、発音は æ になります【連声3】。

例）చిన్నది 小さいもの＋ఆ＝చిన్నదా？[cinnadǣ] 小さいのか？

（2）5W1H

疑問の5W1Hは、ఎప్పుడు いつ、ఎక్కడ どこ、ఎవరు 誰、ఏమిటి (ఏమి, ఏం) 何、ఎందుకు (ఎందుచేత) なぜ、ఎలా (ఎట్లా) どのように、です。その他に、ఎంత どのくらい、ఎన్ని いくつ、ఏది (ఏవి → 40頁) どれ、ఎటు どっち、があります。これらの語を使う文には疑問接辞 ఆ を付けません。また、文末のイントネーションには、特に決まりはありません。

例）ఉగాది ఎప్పుడు？ ウガーディ（テルグ正月）はいつ？

సికిందరాబాద్ ఎక్కడ？ シキンダラーバードはどこ？

పి.వి. నరసింహారావు ఎవరు？

P.V.ナラシンハーラーウは誰？

ఇదేమిటి？ これは何？

ఎందుకు తొందర？ どうして急ぐの？

ఎలా ఉంది？ どんな感じ？

ఇప్పుడు టైము ఎంత？ 今何時？

ఎన్ని గ్లాసులు？ グラス何個？

ఏది బాగుంది？ どれが良い？

మక్కా ఎటు？ メッカはどの方向？

（3）並列の疑問文

「AかBか」という疑問文では、AとBの両方の語尾に ఆ が付き、カンマをはさんで並びます。

例）ఇది గొర్రా, మేకా？
　　これはヒツジか、ヤギか？
　　ఈ గాజు ఖరీదు ఎక్కువా, తక్కువా？
　　この腕輪の値段は高いのか、安いのか？
　　నాంపల్లి కొంచెం దూరమా, చాలా దూరమా？
　　ナーンパッリ駅は少し遠いのか、とても遠いのか？

「Aか？ そうでないか？」という場合は、文末に否定語 కాదు の疑問形 కాదా が付きます。

例）ఇది కారమా, కాదా？
　　これは辛いか、辛くないか？
　　బిర్లా మందిరం ఇదా, కాదా？
　　ビルラ寺院はこれか、違うか？

（4）付加疑問文

「〜でしょう？」「〜ですね？」という付加疑問文には、文末に కదా（గదా）、కదూ（గదూ）、గా が付きます。కదా（గదా）は独立した語ですが、కదూ（గదూ）と గా は疑問よりも念押しの意味合いが強く、発音上も表記上も直前の語にくっつきます。また、కదా は、上記（3）の కాదా と間違えやすいので、気を付けましょう。

例）ఇది సంధ్య థియేటరు కదా？

　　これはサンディヤ劇場でしょう？

　ఇది సంధ్య థియేటరు కాదుగా？

　　これはサンディヤ劇場ではないでしょう？

క్, చ్, త్, ప్ は గ్, జ్, ద్, బ్ になることがあります。【連声4】

例）○ కదా → గదా（発音と表記が変化。）

　× కాదు → గాదు（発音は変化。表記は無変化。）

1－5　強調の接辞 ఏ

強調される単語の語尾には、ఏ が付きます。

例）గోల్కొండ చాలా దూరమే.

　　ゴールコンダ城はとても遠い。

　గోల్కొండే చాలా దూరం.

　　ゴールコンダ城だ、とても遠いのは。

長母音でおわる語に ఏ が付くと、間に య్ が入ります。【連声5】

例）కుర్చీ＋ఏ＝కుర్చీయే まさに椅子だ

ఏ の後ろに疑問接辞 ఆ が付くと、間に న్ が入ります。【連声6】

例）ఇది＋ఏ＋ఆ＝ఇదేనా？ まさにこれか？

2　複数形と数

— 農民市場で　రైతు-బజార్లో —

〈会話〉

田中：బాబూ,　ఆ పచ్చ పండ్లు ఏమిటి?
bābū　ā　pacca　paṃḍlu　ēmiṭi

店員：అవి పండ్లు కాదు.　అవి మామిడికాయలు.
awi　paṃḍlu　kādu　awi　māmiḍikāyalu

田中：ఓహో.　మామిడిపళ్లు ఏవి?
ōhō　māmiḍipaḷḷu　ēwi

店員：ఇవే.　చాలా బాగుంటాయి.
iwē　cālā　bāguṃṭāyi

田中：ఖరీదు ఎంత?
kharīdu　eṃta

店員：పెద్దవి ఒకటీ మూడు రూపాయిలు.　చిన్నవి
peddawi　okaṭī　mūḍu　rūpāyilu　cinnawi
రెండు రూపాయిలు.
reṃḍu　rūpāyilu

田中：ఐతే ఈ పెద్దది ఒకటి ఇవ్వండి.
aitē　ī　peddadi　okaṭi　iwwaṃḍi

店員：సరే,　ఇదిగో,　అమ్మా.　ఇంకా?
sarē　idigō　ammā　iṃkā

田中：అంతే,　చాలు.
　　aṃtē　　cālu

[訳]

田中：お兄さん、あの青い果物は何ですか？

店員：あれらは果物ではありません。あれらは未熟な（野菜の）マンゴーです。

田中：そうですか。熟した（果物の）マンゴーはどれですか？

店員：これらです。とても美味しいですよ。

田中：値段はいくらですか？

店員：大きいのはひとつ３ルピーで、小さいのは２ルピーです。

田中：では、この大きいのを１つ下さい。

店員：はい、どうぞ、奥さん。他には？

田中：それだけで、十分です。

[単語]

అంతే [間] それだけ
అమ్మా [間] 奥さん，お嬢さん
అవి [代] あれら，それら
ఆ [形] あの
ఇంకా [副] まだ，もっと
ఇదిగో [間] どうぞ
ఇవి [代] これら
ఇవ్వండి 下さい
ఈ [形] この
ఎంత [疑] いくら，どのくらい
ఏ [疑] どの
ఏవి [疑] どれ
ఐతే [接続] それなら
ఒకటి [数] 1，ひとつ
ఓహో [間] ほう，なるほど
కాయ [名] 未熟な果実，野菜

కాయలు (కాయ の複数形)
ఖరీదు [名] 値段
చాలు [間] 十分
చిన్న [形] 小さい
-ది [接辞] (単数名詞化)
పండు [名] 熟した果実, 果物
పండ్లు (పండు の複数形)
పచ్చ [形] 青い, 緑の [名] 青, 緑
పళ్లు (పండు の複数形)
పెద్ద [形] 大きい
బజారు [名] 市場, バザール
బాగుంటాయి 美味しい, 良い
బాబూ [間] お兄さん, 坊や
మామిడి [形] マンゴーの
మూడు [形] 3つの, 3の [数] 3
రూపాయిలు (రూపాయి ([名] ルピー) の複数形)
రెండు [形] 2つの, 2の [数] 2
రైతు [名] 農民
-లు, -ళు [接辞] (複数形)
-వి [接辞] (複数名詞化)
సరే [間] オーケー

2-1　複数形

(1) 指示代名詞

指示代名詞 ఇది と అది に対応する複数形は ఇవి と అవి です。複数の疑問詞は ఏవి と ఏమిటి (ఏమి, ఏం) で、ఏమిటి (ఏమి, ఏం) は単複両方に使われます。また名詞文で使われる否定語は、単数が కాదు、複数は కాదు または కావు です。

	単　数	複　数
指示代名詞	ఇది, అది	ఇవి, అవి
疑問詞	ఏది	ఏవి
	ఏమిటి (ఏమి, ఏం)	
否定語	కాదు	కాదు, కావు

（2）一般名詞

一般名詞の複数形は、語尾が లు または ళు になります。複数形の作り方は次に説明するように複雑です。現実的には、個々の名詞を覚える際に複数形を一緒に暗記するようにすると良いでしょう。

① 単数語尾＋లు： もっとも基本的な方法。

例）కాయ → కాయలు

ただし単数語尾が ఇ の場合、その ఇ は ఉ に変化し【連声７】、下から第２音節以降の母音が ఇ の場合も、語頭以外は ఉ に変わる傾向があります【連声８】。

例）పులి 虎 → పులులు　　　మనిషి 人 → మనుషులు

② 語尾 అం, ఆం は ఆలు に、語尾 ఎం は ఏలు (ఏ = æ) に変化。【連声９】

例）పుస్తకం 本 → పుస్తకాలు　　పళ్లెం 皿 → పళ్లేలు [paḷḷælu]

③ 語尾 డు でおわる男性を表す名詞は、その డు が లు に変化。

例）స్నేహితుడు 男友達 → స్నేహితులు
　　కుమారుడు 息子 → కుమారులు

次の④〜⑥は、単数形の語尾が［ట్, ట్ట్, డ్, డ్డ్, ర్, ల్ + ఇ/ఉ］の場合です。ただし、①〜③の変化をする語もあり、すべてにあてはまるわけではありません。④〜⑥では、まず語尾の母音 ఇ または ఉ と、２重子音のひとつが脱落します【連声 10】。次に、複数接辞 లు の発音が ళు になります【連声 11】。さらに、డ్, ర్, ల్ も ళ్ に変化する場合があります【連声 12】。ただし、複数接辞の表記にはしばしば ల్ が残ります。具体例は、次のとおりです。

④ 語尾 టి, టు, ట్టి, ట్టు が、ట్లు に変化。

例）చోటు 場所 → చోట్లు　　　　చెట్టు 木 → చెట్లు

⑤ 語尾（ం）డి,（ం）డు, డ్డి, డ్డు が、（ం）డ్లు または ళ్లు（＝ళ్ళు）に変化。

例）గుడి → గుళ్లు　　　　పండు → పండ్లు / పళ్లు

గుడ్డు 卵 → గుడ్లు　　　　ఏడు 年 → ఏళ్లు

అల్లుడు 婿 → అల్లుళ్లు

⑥ 語尾 రి, రు, లి, లు が、ర్లు または ళ్లు（＝ళ్ళు）に変化。

例）పేరు → పేర్లు　　　　ఊరు 村 → ఊళ్లు

కారు car → కార్లు　　　　కాలు 足 → కాళ్లు

చెల్లెలు 妹 → చెల్లెళ్లు　　　　ఇల్లు 家 → ఇళ్లు

上記の①〜⑥のどれにもあてはまらないものは、不規則変化です。

⑦ 不規則変化例

చేయి / చెయ్యి 手 → చేతులు

నూయి / నుయ్యి 井戸 → నూతులు

చేను 畑 → చేలు　　　పేను シラミ → పేలు

వేయి 1000 → వేలు　　　ఎద్దు 雄牛 → ఎడ్లు / ఎద్దులు

కన్ను 目 → కన్నులు / కళ్లు

పన్ను 歯・税 → పళ్లు 歯, పన్నులు 税

పూవు / పువ్వు 花 → పూలు / పువ్వులు

పెండ్లి / పెళ్లి 結婚 → పెళ్లిళ్లు

補足：複数形語尾からの単数推理

① -లు → なし, డు　　例）కాయలు → కాయ
　　స్నేహితులు → స్నేహితుడు

② -ఉలు → ఇ　　例）మనుషులు → మనిషి

③ -ఆలు, -ఏలు → అం, ఎం　　例）పుస్తకాలు → పుస్తకం

④ -ట్లు → టి, టు, ట్టి, ట్టు　　例）చెట్లు → చెట్టు

⑤ -(ం) డ్లు, ళ్లు / ళ్ళు → (ం) డి, (ం) డు, డ్డి, డ్డు, లి, లు, రి, రు
　　例）పండ్లు / పళ్లు → పండు

⑥ -ర్లు → రు　　例）పేర్లు → పేరు

（3）集合名詞と物質名詞

① 単数あつかい： 疑問詞は ఎంత

例）ఉప్పు 塩　కారం 粉末唐辛子　నూనె 油　వయసు 年齢

　　మీ వయసు ఎంత？ あなたは何歳か？

② 複数あつかい： 疑問詞は ఎన్ని

例）పాలు 牛乳　పెసలు 緑豆　మంచినీళ్లు 飲料水　వడ్లు 籾

　　ఎన్ని పాలు？ 牛乳をどの位か？

③ その他の例：

・జనం 人々　疑問詞は ఎంతమంది（57頁）

　　ఎంతమంది విద్యార్థులు？ 学生は何人か？

・బియ్యం 米　疑問詞は ఎంత ですが、複数あつかい。

　　ఎంత బియ్యం？ 米はどの位か？

　　（参考 ఈ బియ్యం బాగున్నాయి. この米はおいしい。）

2-2　形容詞の名詞化接辞

「A（名詞）は B（形容詞）です」という名詞文では、Bの後ろに名詞化接辞 ది（単数）または వి（複数）が付きます。

例）ఇది పండిన కొబ్బరికాయ.　これは熟した椰子の実だ。

　　అవి లేత కొబ్బరికాయలు.　あれらは若い椰子の実だ。

　　ఈ కొబ్బరికాయ పండినది.　この椰子の実は熟している。

　　ఆ కొబ్బరికాయలు లేతవి.　あれらの椰子の実は若い。

ఏ కొబ్బరికాయ పండినది ?　　どの椰子の実が熟している？
ఏ కొబ్బరికాయలు లేతవి ?　　どの椰子の実が若い？
పండినది ఇది.　　熟しているのはこれだ。
లేతవి అవి.　　若いのはあれらだ。

ただし、日本語では形容詞にあたる語でも、このような変化にあてはまらないものがあり、それらはテルグ語では形容詞ではなく名詞として働いていると考えられます。そのような語には接辞 ఐన を付けると、確実に形容詞になります。

例）గోల్కొండ కొంచెం దూరం / దూరమైనది.（×దూరంది）
　ゴールコンダは少し遠い。
　ఈ కూర కారం / కారమైనది.（×కారంది）
　このおかずは辛い。

2−3　語尾の長音 1

単語の語尾や文末の長音は特定の意味を持ちます。次の例文では、長音が「〜毎」という意味を持ちます。

例）ఒకటీ మూడు రూపాయిలు. ひとつにつき３ルピー。

2-4　数

0から 20 までの数詞の基数は次のとおりです（文字については20頁）。

0	(సున్న)	7	ఏడు	14	పధ్నాలుగు
1*	ఒక, ఒకటి	8	ఎనిమిది	15	పదిహేను
2	రెండు	9	తొమ్మిది	16	పదహారు
3	మూడు	10	పది	17	పదిహేడు
4	నాలుగు	11	పదకొండు	18	పద్దెనిమిది
5	ఐదు	12	పన్నెండు	19	పంధొమ్మిది
6	ఆరు	13	పదమూడు	20	ఇరవై

*1は他に、時間に用いる ఒంటి や、強調の ఒక్క もあります。

21以上は、それぞれ30や40などの数に、1から9までの基数が付きます。

21　ఇరవై ఒకటి　　22　ఇరవై రెండు　　…

30	ముప్పై	40	నలభై	50	ఏభై	60	అరవై
70	డెబ్భై	80	ఎనభై	90	తొంభై		

100　నూరు, వంద　　1000　వేయి / వెయ్యి　　10,000　పదివేలు

100,000　లక్ష　　10,000,000　కోటి

３桁以上の数字では、それぞれの位に来る数字が１の場合はその位の語尾が長音に、２以上の場合は అ になります。

例）1984＝(ఒక) వెయ్యి తొమ్మిది వందల ఎనభై నాలుగు

序数は基数に ఓ または అవ が付きます。１の序数にのみ基数と全く異なる మొదటి がありますが、後は規則どおりです。

第１　ఒకటవ, మొదటి　　第３　మూడో / మూడవ
第２　రెండో / రెండవ　　第何　ఎన్నో

分数は1/2（అర, అర్ధం, సగం）と1/4（పావు, పాతిక）が日常的に用いられます。これらが１以上の基数に付く場合は、連声によって1/2は న్నర、1/4は ంపావు となり、3/4は基数の語尾が長音になって ముప్పావు（＝మూడు＋పావు）になります。

例）పావు కేజీ బియ్యం　４分の１キロの米
బెల్లం ఒకటింపావు కేజీలు　黒砂糖１と４分の１キロ
రెండున్నర గంటలు　２時半
గంటముప్పావు　１時45分

3　人称表現

— 紹介　పరిచయం —

〈会話〉

田中：వాళ్లు ఎవరండి ? తెలుగువాళ్లా ?
wāḷlu ewaraṃḍi teluguwāḷlā

ラーウ：అవును, ఆమె లక్ష్మి మేడం, ఆయన
awunu āme lakṣmi mēḍaṃ āyana
ఖాన్ మేష్టరు. ఇద్దరూ భార్యాభర్తలు,
khān mēṣṭaru iddarū bhāryābhartalu
చాలా మంచివారు. మేము మంచి
cālā maṃciwāru mēmu maṃci
స్నేహితులం.
snēhitulaṃ

田中：నమస్తే, లక్ష్మి మేడం, ఖాన్ సార్. నేను
namastē lakṣmi mēḍaṃ khān sār nēnu
తనకని, జపాన్‌దాన్ని.
tanakani japāndānni

ラクシュミ：నమస్తే, తనకగారు, నేను రచయిత్రిని.
namastē tanakagāru nēnu racayitrini

カーン：నమస్కార్ మేడం. నేను కవిని.
namaskār mēḍaṃ nēnu kawini

田中：లక్ష్మి మేడం, మీరు కూడా ముసల్మానా?
lakṣmi mēḍaṃ mīru kūḍā musalmānā

ラクシュミ：నేను ముసల్మానుని కాదు. నేను హిందువుని.
nēnu musalmānuni kādu nēnu himduwuni

[訳]

田中：あの人たちは誰ですか？　テルグ人ですか？

ラーウ：ええ、彼女はラクシュミさんで、彼はカーン先生です。お二人は夫婦で、とても良い人たちです。私たちは親友です。

田中：こんにちは、ラクシュミさん、カーン先生。私は田中です。日本人です。

ラクシュミ：こんにちは、田中さん、私は作家です。

カーン：こんにちは。私は詩人です。

田中：ラクシュミさん、あなたもイスラーム教徒ですか？

ラクシュミ：いいえ、私はムスリムではありません。ヒンドゥー教徒です。

[単語]

-అం 接辞（1人称複数）
ఆమె 代 彼女
ఆయన 代 彼
ఇద్దరు 名 2人
ఎవరు 疑 誰
కవి 名 詩人
కూడా 副 ～も
ఖాన్ 人 カーン
జపాన్ 名 日本 形 日本の
తెలుగు 固 テルグ語 形 テルグ語の
-దాన్ని 接辞（1人称単数女性）
నమస్కార్ 間 こんにちは
-ని 接辞（1人称単数）
నేను 代 私
పరిచయం 名 紹介
భార్యాభర్తలు 名 夫婦
（భార్య 妻＋భర్త 夫）
మంచి 形 良い
మీరు 代 あなた，あなた方
ముసల్మాను 名 イスラーム教徒
మేడం (madam) 名 間 ～さん（女），先生
మేము 代 私たち
మేష్టరు (master) 名 間 先生（男）
రచయిత్రి 名 女流作家
లక్ష్మి 人 ラクシュミ
వారు 代 彼，彼女，彼ら 接辞（2・3人称複数，3人称単数尊敬）
వాళ్లు 代 彼ら 接辞（3人称複数）
సార్ (sir) 名 間 先生（男）
స్నేహితులు（名 స్నేహితుడు（男友達），స్నేహితురాలు（女友達）の複数形）
హిందువు 名 ヒンドゥー教徒

3－1　人称代名詞

主な人称代名詞は次のとおりです。1人称複数は、日本語の「私たち」に当たる మేము と別に、話者と聞き手全員を含む మనం があります。3人称単数はいくつもありますが、もっとも一般的なものは男性では ఆయన、女性では ఆమె です。

3　人称表現

<table>
<tr><th></th><th colspan="2">単　数</th><th colspan="2">複　数</th></tr>
<tr><td>1人称</td><td colspan="2">నేను</td><td>మేము / మేం</td><td>మనం</td></tr>
<tr><td>2人称
敬意高
↑
低</td><td colspan="2">నువ్వు, నీవు</td><td colspan="2">(తమరు, తాము)
మీరు</td></tr>
<tr><td>3人称
敬意高
↑
低</td><td>(男)
ఆయన, ఈయన
అతను, ఇతను
వాడు, వీడు</td><td>(非男)
ఆవిడ, ఈవిడ
ఆమె, ఈమె
అది, ఇది</td><td>వారు, వీరు</td><td>వాళ్లు, వీళ్లు</td></tr>
<tr><td>再　帰</td><td colspan="2">తను, తాను</td><td colspan="2">తము, తాము</td></tr>
<tr><td>疑　問</td><td colspan="4">ఎవరు</td></tr>
</table>

三人称単数では、相手が話し手の特に近くにいる場合とそれ以外の場合で語頭が変わります。例えば、「彼」を意味する ఆయన と వాడు は、話し手の近くにいる場合には ఈయన と వీడు になります。また、2人称単数と3人称単数のみに、敬語があります。2人称単数の敬語は複数形 మీరు です。カッコ内の తమరు と తాము は非常に高い尊敬（あなた様）を表します。3人称単数では複数形 వారు と వీరు がもっとも敬意が高く、表に示したとおり段階的に異なる語を用います。これらの敬語は一般的に相手が年上や目上、初対面などの場合に使われます。年下や目下の者、家族・親類や親しい間柄には、敬意の低い語が使われます。また敬語は基本的に相手が目の前にいないところでは使われません。

またこの表にはありませんが、అతడు（男性単数）や ఎవడు（男性単数・疑問）、ఎవతె（女性単数・疑問）なども使われます。また、వాళ్లు と వీళ్లు の ళ్లు は ళ్ళు とも書かれます（20 頁）。再帰の తను などは、３人称で「自身」「自分」という意味です。

３－２　人称接辞

（１）形容詞の人称名詞化接辞

「誰々は何々（形容詞）です」という名詞文では、「何々」を表す形容詞に、「人（々）」を意味する接辞が付きます。接辞は、వాడు（単数男性で敬意のない場合）、ది（単数女性で敬意のない場合）、వారు（単数尊敬）、వారు（複数）、వాళ్లు（複数）です。

・形容詞＋వాడు，ది，వారు，వాళ్లు

例）వాళ్లు ముగ్గురు మంచివాళ్లు. 彼ら３人は良い人たちだ。
　（参考 ఈమె లంబాడీ. 彼女はランバーディーだ。）

（２）１人称と２人称単数

主語が１人称単複と２人称単数の場合は、後に来るすべての語の語尾に、ని（１人称単数）、అము / అం（１人称複数）、వి（２人称単数）が付きます。

・すべての語＋ని，అము / అం，వి

例）నేను కుమ్మరిని. 私は壺作りだ。
　మేము రైతులము. 私たちは農民だ。

నువ్వు దొంగవి. お前は泥棒だ。

మేము ముగ్గురం మంచి స్నేహితులం.

私たち３人は親友だ。

（参考　ఇతను నేతగాడు. 彼は機織りだ。）

ただし、主語が１人称単数の場合に語尾が డు でおわる名詞が述語になると、連声によって డు が ణ్ణి に変わります（連声 14 → 90 頁）。

例）నేను రాముణ్ణి. 私はラームドゥだ。

（参考　ఆయన రాముడు.）

また、述語が疑問詞（ఎవరు）の場合は、ఎవరు が ఎవరి（63 頁）に変わります。

例）నేను ఎవరిని？私は誰？

మేము ఎవరం？私たちは誰？

నువ్వు ఎవరివి？お前は誰？

（参考　అతనెవరు？）

（３）形容詞の人称接辞のまとめ

主語が１人称と２人称単数で、かつ述語が形容詞の場合は、その形容詞に（１）の接辞が、次に（２）の接辞が付きます。この時（１）の接辞が変化し、連声 14（90 頁）が起こります。ややこしいですが、結果は次のとおりです。

・నేను：

形容詞＋ వాణ్ణి（男性）（← వాడు＋ని）

దాన్ని（女性）（← ది＋ని）

・మేము / మేం, మనం：

形容詞＋ వారము / వారం（← వారు＋అము / అం）

వాళ్లము / వాళ్లం（← వాళ్లు＋అము / అం）

・నువ్వు / నీవు：

形容詞＋ వాడివి（男性）（← వాడు＋వి）

దానివి（女性）（← ది＋వి）

例）నేను జపాన్ వాణ్ణి（男）/ జపాన్ దాన్ని（女）.

私は日本人です。（×జపాన్ ని）

మేం తెలుగువాళ్లం. 私たちはテルグ人です。（×తెలుగులము）

నీవు మంచివాడివి. お前はいいやつだ。（×మంచివి）

以上をまとめると、述語に形容詞が来る名詞文で使われる全ての人称接辞は、次のとおりになります。

<table>
<tr><th></th><th colspan="2">単　数</th><th colspan="2">複　数</th></tr>
<tr><td>1人称</td><td>వాణ్ణి</td><td>దాన్ని</td><td>వారము/వారం</td><td>వాళ్లము/వాళ్లం</td></tr>
<tr><td rowspan="2">2人称
敬意高
↑
低</td><td colspan="2"></td><td rowspan="4">వారు</td><td rowspan="4">వాళ్లు</td></tr>
<tr><td>వాడివి</td><td>దానివి</td></tr>
<tr><td rowspan="2">3人称
敬意高
↑
低</td><td colspan="2"></td></tr>
<tr><td>వాడు</td><td>ది</td></tr>
</table>

3−3　人称表現の否定

人間が主語の名詞文の否定では、平叙文の後に次の語が来ます。

<table>
<tr><th></th><th colspan="2">単　数</th><th>複　数</th></tr>
<tr><td>1人称</td><td colspan="2">కాదు, కాను</td><td>కాదు, కాము</td></tr>
<tr><td>2人称　敬意高</td><td colspan="2"></td><td rowspan="5">కాదు, కారు</td></tr>
<tr><td>↑
低</td><td colspan="2">కాదు, కావు</td></tr>
<tr><td>3人称　敬意高</td><td colspan="2"></td></tr>
<tr><td>↑
低</td><td>కాదు, కాడు</td><td>కాదు</td></tr>
<tr><td>疑　問</td><td colspan="2"></td></tr>
</table>

例）నువ్వు తెలివైనవాడివి కావు.（＝కాదు）お前は賢くない。

補説：テルグ語とテルグ人

తెలుగు は本来言語名で、「テルグ人」という民族名としての意味はありません。「テルグ人」に当たる語として、తెలుగువాళ్లు（テルグ語の話者）や తెలుగుజాతి（テルグ語の生まれ）などがありますが、実際にテルグ人自身が自分の出身を言う場合には、次の課の会話にあるように「どこどこから来ました」「どこどこ出身です」と地名を言います。

ちなみに、アーンドラ・プラデーシュ州の名にある「アーンドラ（ఆంధ్ర）」は、沿岸地方（狭義にはクリシュナ川とゴーダーヴァリ河流域のデルタ地域）を指します。「アーンドラ人（ఆంధ్రులు）」という語がありますが、一般的には沿岸地方出身者のみを指します。

3-4　ジェンダー

テルグ語にはジェンダーの区別がありますが、生物的な性（オス・メス）とは異なります。単数形では「男性」と「非男性」、複数形では「人間」と「非人間」があります。

	単　数	複　数
ジェンダー	男性（人間の男性）	人間
	非男性（人間の女性、非人間）	非人間

人間の女性は、ひとりでは人間の男性と区別され（非男性）、二人以上では男性と同じあつかいになります（人間）。動物や無機物は、意図的に擬人化する場合を除くすべての単数で非男性、複数で非人間あつかいです。

・男性ジェンダー例：

స్నేహితుడు（男友達）　రచయిత（男性作家）

పనివాడు, పనిమనిషి（サーバント）　మొగపిల్లడు（少年）

・非男性ジェンダー例：

స్నేహితురాలు（女友達）　రచయిత్రి（女性作家）

పనిఆవిడ, పనిమనిషి（サーバント）　(ఆడ) పిల్ల（少女）

కోడిపుంజు（雄鶏）　కోడిపెట్ట（雌鶏）　ఇల్లు（家）

・人間ジェンダー例：

స్నేహితులు（友達）　స్నాహితురాళ్లు（女友達）

రచయితలు（作家たち）　పనిమనుషులు（サーバントたち）

　　పిల్లలు（子供たち）

・非人間ジェンダー例：

　　కోళ్లు（鶏たち）　ఇళ్లు（家々）

上のいくつかの例にあるように、生物的な性の区別が語頭や語尾に表れるものもあります。男性を表す語頭には మొగ、語尾には డు、女性を示す語頭には ఆడ、語尾には ఆలు, రై, తె などがあります。

サンスクリット語の男性名がテルグ語化する際に、語尾に ఉడు が付きます。その際、もとのサンスクリット名の語尾にある短母音が脱落します（連声1→ 27頁）。

例）కృష్ణ＋ఉడు → కృష్ణుడు クリシュナ神、クリシュナさん

3−5　人数

人間の数を表す場合には、次のような固有の語があります。

1人　　：ఒకడు（男），ఒకతె（女），ఒకర్తె（女），ఒకరు（敬）
2人　　：ఇద్దరు
3人　　：ముగ్గురు
4人　　：నలుగురు
5～7人：基数＋గురు＝ఐదుగురు，ఆరుగురు，ఏడుగురు
8人～　：基数＋మంది＝ఎనిమిదిమంది，తొమ్మిదిమంది，
　　　　పదిమంది　…
疑問　　：ఎంతమంది，ఎందరు

例）నలభై ఒక్క మంది　41人　　ఇరవై నాలుగు మంది　24人

నువ్వు ఒకడివి, మేము ఇద్దరం.

おまえは一人だが、我々は二人だ。

ただし１人称複数では、人称接辞 అము / అం は
మి になります。

例）మేము ఎంతమందిమి？ ఏడుగురమా？

私たちは何人か？　７人なのか？

కాదు, ఎనిమిదిమందిమి. （×ఎనిమిదిమందం）

いや、８人だ。

お兄さん、あれは何ですか？

4　斜格と所有格

— 故郷　మా ఊరు —

〈会話〉

カーン：మీది ఏ దేశం ?
mīdi ē dēśaṃ

田中：మాది జపాన్. మీదే ఊరు ?
mādi japān mīdē ūru

カーン：మాది మచిలీపట్నం. ఇక్కడినుంచి
mādi macilīpaṭnaṃ ikkaḍinuṃci

ఏడు గంటల ప్రయాణం.
ēḍu gaṃṭala prayāṇaṃ

田中：ఈ ఫొటో ఎవరిది ?
ī phoṭō ewaridi

カーン：మా అమ్మానాన్నలది.
mā ammānānnaladi

田中：ఇది మీ తాతగారి ఇల్లా ?
idi mī tātagāri illā

カーン：అవును. మా ఇల్లే.
awunu mā illē

田中：ఈ తెల్ల కుక్కపిల్ల మీదా ?
ī tella kukkapilla mīdā

カーン：కాదు. మా పక్కింటివాళ్లది. దాని పేరు మిట్టు.
kādu mā pakkiṃṭiwāḷḷadi dāni pēru miṭṭu

[訳]

カーン：あなたのお国はどちらですか？
田中：日本です。あなたのご実家はどちらですか？
カーン：マチリーパトナムです。ここから7時間のところです。
田中：この写真はどなたのですか？
カーン：うちの両親のです。
田中：これはあなたのお祖父さんの家ですか？
カーン：ええ、私たちの家です。
田中：この白い子犬はあなたがたのですか？
カーン：いいえ、隣の家の人たちのです。その子の名前はミットゥです。

[単語]

-అ 接辞（複数斜格）
అమ్మానాన్నలు 名 両親（అమ్మ 母＋నాన్న 父）
-ఇ 接辞（単数斜格）
ఇంటి（ఇల్లు の斜格）
ఇక్కడి（ఇక్కడ（副 ここ）の斜格）
ఇల్లు 名 家
ఊరు 名 村, 実家, 故郷
ఎవరి（ఎవరు の斜格）
ఏడు 形 7つの, 7の 数 7
కుక్క 名 犬
గంటలు（గంట（名 時間）の複数形）
తాత 名 祖父
తెల్ల 形 白い 名 白
దాని（అది の斜格）

దేశం 名 国, 地域
నుంచి 後 ～から
పక్క 名 隣 後 ～の隣
పిల్ల 名 子ども, 女の子
ప్రయాణం 名 旅行, 行程
ఫొటో (photo) 名 写真
మచిలీపట్నం 地 マチリーパトナム
మా（మేము / మేం の斜格）
మిట్టు 人 ミットゥ
వాళ్ల（వాళ్లు の斜格）

4－1 斜格

(1) 用法と基本の変化

テルグ語には格変化があり、斜格、所有格、与格、対格があります。ここでは斜格を学びます。用法は次の4つです。

① 他の格変化のもとになる
② 所有格として用いる
③ 形容詞になる
④ 後置詞を伴う

主な代名詞の斜格は次のとおりです。*印は、主格と斜格が同じ形です。

<table>
<tr><th></th><th></th><th colspan="2">単　数</th><th colspan="2">複　数</th></tr>
<tr><td rowspan="5">人間</td><td>1人称</td><td colspan="2">నా</td><td>మా</td><td>మన</td></tr>
<tr><td>2人称</td><td colspan="2">నీ</td><td colspan="2">(తమరి, తమ)
మీ</td></tr>
<tr><td>3人称</td><td>ఆయన, ~~ఈయన~~*
అతని, ఇతని
వాడి / వాని, వీడి / వీని</td><td>ఆవిడ, ~~ఈవిడ~~*
ఆమె, ~~ఈమె~~*
దాని, దీని</td><td>వారి, వీరి</td><td>వాళ్ల, వీళ్ల</td></tr>
<tr><td>再　帰</td><td colspan="2">తన</td><td colspan="2">తమ</td></tr>
<tr><td>疑　問</td><td colspan="4">ఎవరి</td></tr>
<tr><td rowspan="2">非人間</td><td>指　示</td><td colspan="2">దాని, దీని</td><td colspan="2">వాటి, వీటి</td></tr>
<tr><td>疑　問</td><td colspan="2">దేని</td><td colspan="2">వేటి</td></tr>
</table>

代名詞以外の単数名詞では、一部の使用頻度の高い語を除き、斜格変化はありません。しかし複数形は、すべてが斜格変化します。基本は次のとおりですが、変化の際に連声1（27頁）が起こります。

・単数形の斜格＝主格＋ఇ

・複数形の斜格＝複数形の主格＋అ

例）ఊరు → ఊరి　చోట్లు → చోట్ల　పుస్తకాలు → పుస్తకాల
　　లోపల 内 → లోపలి　ఎక్కడ → ఎక్కడి

ただし、この規則によらない変化も数多く、主なものを次に示しました。複数形同様、個別に暗記するのが良いでしょう。

（2）主な斜格変化

① 人間の男性を表す名詞（擬人化された名詞を含む）は、語尾 డు が డి と ని のふたとおりに変化。

例）స్నేహితుడు → స్నేహితుడి / స్నేహితుని

సూర్యుడు 太陽（お天道様）→ సూర్యుడి / సూర్యుని

② 一部の名詞は、語尾の音節が టి, ంటి, అటి に変化。

例）ఇల్లు → ఇంటి　　ఒళ్లు → ఒంటి　　కన్ను → కంటి

ఎదురు 反対 → ఎదుటి / ఎదటి

③ 一部の名詞・形容詞・後置詞は、語尾に అటి, ఆటి が追加。

例）కింద 下・前 → కిందటి　　నిన్న → నిన్నటి

రేపు → రేపటి　　లావు 太さ・太い → లావాటి

పొడుగు 長さ・長い → పొడుగు / పొడుగాటి

④ 次のような数量・位置などを表す語や疑問詞は、語尾に టి, ంటి, అటి が追加。

例）ఎంత → ఎంతటి　　ఇలా → ఇలాంటి / ఇలాటి

అప్పుడు → ఇప్పటి

⑤ 語尾 అం, ఆం は ఆని に、語尾 ఎం は ఏని (ఏ = æ) に変化【連声 13】。ただし、このような語の斜格は与格や対格になる時にのみ現れ、所有格としては主格が使われます。(71 頁、90 頁)

例) ఈ పుస్తకం పేరు చందమామ.

この本の名前はチャンダマーマだ。

ఆ నాలుగు పుస్తకాల పేరు ఆంధ్రమహాభారతం.

あの 4 巻本の名前はアーンドラ・マハーバーラタムだ。

⑥ その他の例

చేయి / చెయ్యి → చేతి　　నూయి / నుయ్యి → నూతి

నేయి / నెయ్యి ギー油 → నేతి　　రాయి → రాతి

4−2　斜格の用法

(1) 所有格

名詞の所有格には斜格を用います。

例) మా అమ్మ うちの母（×నా అమ్మ）

వాళ్ల అమ్మ 彼・彼女・彼らの母（×ఆమె అమ్మ etc. ...）

家族に関するものの多くでは、上の例のように日常的に共同所有を表す మా や వాళ్ల が使用されます。

(2) 形容詞

主格語尾に టి, ని, ఆటి が付くことで形容詞となる斜格があります。またこのような語の語尾に న を付けて作る、文語的な名詞があります。

例) తియ్య 甘さ・甘い → తియ్యటి, తియ్యని 甘い
తెల్ల 白・白い → తెల్లటి, తెల్లని 白い
తెల్లవాడు 白人　　తెల్లటి (=తెల్లని) వాడు 色白の男
కలకండ (పలుకు) కన్న తెలుగు (పలుకు) తియ్యన.
飴(の一粒)よりも、テルグ(の一語)は甘し。

(3) 後置詞との関係

後置詞の直前の語は斜格になります。後置詞は、特徴によって3分類できます。

① 無変化の後置詞例

కన్న, కంటె ～よりも　　కోసం ～のために
చేత ～によって　　తో, తోపాటు ～と
దాకా, వరకు ～まで　　ద్వారా ～を通って
నించి / నుంచి ～から　　లాగ, లాగా, లాగు ～のように
లో ～の中に　　వంటి ～のような
వల్ల ～の力で

用例) ఇక్కడ + నుంచి = ఇక్కడి + నుంచి ここから

② 名詞的後置詞例

語頭に来たり、自ら斜格変化をしたり、接辞が付くなど、名詞のように振る舞います。カッコ内は斜格です。

మీద (మీది), పై (పై) 上	కింద (కిందటి) 下・前
ముందు (ముందటి) 前	వెనక (వెనకటి) うしろ
తర్వాత (తర్వాతటి) あと	బైట (బైటి) 外
లోపల (లోపలి) 中・内	మధ్య (మధ్య) 中間
దగ్గర / దగ్గిర (దగ్గరి / దగ్గిరి) 近く	పక్క (పక్క) 隣
ఎదుట (ఎదుటి) 反対	లా (లాంటి) ～のような

用例）లోపలినించి 中から　　కిందటిది 下のもの

③ 副詞的後置詞 అ、న、ని など

名詞や後置詞に付き、副詞的に用いられます。

用例）ఇంట 家に	తూర్పున 東に	పక్కన 隣に
పైన 上に	పొద్దున 朝に	బైట 外に
మధ్యన 真中に	మొదట 最初に	లోని ～の中に
వెనకాల 後ろに		

5　与格

—　お茶の時間　టీ టైము　—

〈会話〉

ラクシュミ：మీకు కాఫీ కావాలా, టీ కావాలా ?
mīku kāphī kāwālā ṭī kāwālā

田中：థాంక్సండి, కాఫీ కావాలి.
thāṃksaṃḍi kāphī kāwāli

ラクシュミ：ఇదిగో, చక్కెర ఇంకొంచెం కావాలా ?
idigō cakkera iṃkoṃceṃ kāwālā

田中：వద్దండి, చాలు. ఇవేమిటి, ఆంటీ ?
waddaṃḍi cālu iwēṃiṭi āṃṭī

ラクシュミ：ఇవి పూతరేకులు. తెలియదా ?
iwi pūtarēkulu teliyadā

田中：తెలియదండి.
teliyadaṃḍi

ラクシュミ：పూతరేకులు ఆంధ్రుల మిఠాయి.
pūtarēkulu āṃdhrula miṭhāyi

అందరికీ ఇష్టం.
aṃdarikī iṣṭaṃ

田中：'మిఠాయి' అంటే హిందీ కదూ ?
miṭhāyi aṃṭē hiṃdī kadū

మీకు హిందీ వచ్చా ?
mīku himḍī waccā

ラクシュミ：కొన్ని పదాలు తెలుసు కాని భాష రాదు.
konni padālu telusu kāni bhāṣa rādu

నాకు కష్టం.
nāku kaṣṭaṃ

[訳]

ラクシュミ：コーヒーか紅茶はいかがですか？

田中：ありがとうございます。コーヒーをいただきます。

ラクシュミ：どうぞ。お砂糖をもう少しいかがですか？

田中：いいえ、いりません。十分です。これは何ですか、おばさん？

ラクシュミ：これはプータレークルです。知りませんか？

田中：知りません。

ラクシュミ：プータレークルはアーンドラ人のお菓子です。みんな大好きです。

田中：「菓子」はヒンディー語でしょう？　ヒンディー語ができるのですか？

ラクシュミ：少し単語は分かりますが、言葉はできません。私には難しいです。

[単語]

అంటే 接辞 〜と言えば
అందరికీ（అందరూ（名 皆）の与格）
ఆంటీ（aunt）間 名 おばさん
ఆంధ్రులు 名 アーンドラ人
ఇంకొంచెం 副 もう少し
ఇష్టం 名 好み
కదూ 接辞 〜でしょう？
కష్టం 名 難解 形 難しい
కాని 接続 しかし
కాఫీ（coffee）名 コーヒー
కావాలి 動 必要とする，欲しい
-కి / కు 接辞（与格）〜へ，〜に
కొన్ని 形 少し
చక్కెర 名 砂糖
టీ（tea）名 紅茶
టైము（time）名 時間
తెలియదు 動 知らない，わからない
తెలుసు 動 知っている，わかる
థాంక్స్（thanks）間 ありがとう
నాకు（నేను の与格）
పదాలు（పదం（名 単語）の複数形）
పూతరేకులు 名 プータレークル菓子
భాష 名 言語
మిఠాయి 名 菓子
మీకు（మీరు の与格）
రాదు 動 できない
వచ్చు 動 できる
వద్దు 動 間 いらない
హిందీ 固 ヒンディー語

5－1　与格

与格は、「～に(対して)」、「～へ」という間接目的語になります。斜格に与格の接辞 కి または కు が付きます。

・与格＝斜格(62 頁)＋కి / కు

代名詞の与格は次のとおりです。

	単数		複数	
1人称	నాకు		మాకు	మనకి / మనకు
2人称	నీకు		(తమరికి) మీకు	
3人称	ఆయనకి, ~~ఈయనకి~~ అతనికి, ఇతనికి వాడికి / వానికి, వీడికి / వీనికి	ఆవిడకి, ~~ఈవిడకి~~ ఆమెకి, ~~ఈమెకి~~ దానికి, దీనికి	వారికి, వీరికి	వాళ్లకి / వాళ్లకు, వీళ్లకి / వీళ్లకు
再帰	తనకి / తనకు		తమకి / తమకు	
疑問	ఎవరికి			
指示	దానికి, దీనికి		వాటికి, వీటికి	
疑問	దేనికి		వేటికి	

代名詞以外の与格はほぼ規則のとおりですが、主格の語尾 అం と ఆం は ఆని に、ఎం は ఏని（ఏ＝æ）に変わり、その後ろに కి または కు が付きます（連声 13→ 65 頁）。

例）కలం → కలానికి ペンに　　గొళ్లెం → గొళ్లేనికి チェーンに

5－2　与格を使った表現

与格を用いて人称や時制に関係なく使われる表現があり、次にその例をあげました。このタイプの構文では、意味的には「AはBを○○だ」という文を、構文上は「AにとってはBが○○だ」と言い、Aは意味上の主語、Bが文法上の主語になります。

（1）活用のない動詞との組み合わせ

① తెలుసు 知る・わかる　　తెలియదు 知らない・わからない

例）నా స్నేహితులకి ఈయన తెలుసు గానీ ఈయనకి వాళ్లు తెలియదు.

私の友人たちはこの男性を知っているが、この男性は彼らを知らない。（私にとってはこの男性は既知だが、彼らにとっては既知ではない。）

（参考）時制を特定するには後述の一般動詞 తెలియు が使われます。

例）అతనికి ఆమె ఆచూకీ ఎప్పుడు తెలిసింది？

彼は彼女の居所をいつ知ったのか。

② వచ్చు できる　　రాదు できない

例）ఆయనకి చెడుగుడు వచ్చు గానీ క్రికెట్టు రాదు.

彼はカバディができるが、クリケットはだめだ。

③ కావాలి 必要だ・欲しい　　వద్దు 不要だ・いらない

例）మీకు ఎవరు కావాలి？ శ్రీదేవిగారు కావాలండి.

誰に御用ですか？　　シュリ・デーヴィさんをお願いします。

నాకు ఏమీ వద్దు.

私は何も要りません。

（2）名詞・形容詞との組み合わせ

否定文は肯定文に లేదు や కాదు が付きます。また、特に感情を表す文では、主語に అంటే（144 頁）が付きます。

例）రాజుకి చిరంజీవి అంటే చాలా ఇష్టం కాని, ఎన్ టీ ఆర్ అంటే అసలు ఇష్టం లేదు.

ラージュはチランジーヴィが大好きだが、NTR は嫌いだ。

ఉర్దూ లక్ష్మికి కష్టం కానీ, ఖాన్ కి కష్టం లేదు.

ウルドゥー語はラクシュミには難しいが、カーンには難しくない。

పాముంటే నాకు భయమే కానీ, బావగారికి భయం లేదు.

私は蛇が恐くてたまらないが、おじさんは平気だ。

అంతంత బంగారాలు మీకు అవసరం కానీ, నాకు అనవసరం.（＝అవసరం లేదు）

これほどの黄金があなたには必要だが、私には不要だ。

ఈ గ్రామం నాకు కొత్త కానీ, మీకు కొత్త కాదు.

この村は私には初めてだが、あなたには初めてではない。

5-3　語尾の長音２

（１）「全部」

肯定文で名詞や形容詞の語尾の長母音は「全部」という意味です。ただし格変化の接辞があるときは、その接辞が長音になります。

例）ఇద్దరూ మంచివాళ్లు. 二人ともいい人だ。
రోజూ పండుగ. 毎日お祭りだ。
రోజంతా గాలివాన. 一日中嵐だ。
నీవన్నీ నావి. おまえのものは全部私のもの。
నలుగురికీ మీ రహస్యాలు అన్నీ తెలుసే !
周囲があなたの秘密を全部知ってるぞ！

（２）「誰々も」

人称代名詞の語尾の長音は、「誰々も」という意味です。

例）ఆ కథ నాకూ తెలుసు,　మీకూ తెలుసు.
あの話は私も知っているし、あなたもご存知です。
(参考 రామాయణమంటే నాకూ తెలుసు గానీ, మీకే బాగా తెలుసు.
ラーマーヤナは私も知っていますが、あなたこそよくご存知です。)

値段はあそこにあります。

6　動詞　ఉండు

― 家族　కుటుంబం ―

〈会話〉

田中：మీకు ఎంతమంది అన్నాతమ్ముళ్లూ
　　mīku　emtamamdi　annātammuḷḷū

　　అక్కాచెల్లెళ్లూ ఉన్నారు？
　　akkācelleḷḷū　unnāru

ラーウ：ముగ్గురు. నాకు ఒక అన్నా, ఒక తమ్ముడూ,
　　mugguru　nāku　oka　annā　oka　tammuḍū

　　ఒక అక్కా ఉన్నారు.
　　oka　akkā　unnāru

田中：అందరూ హైదరాబాద్లో మీతో ఉన్నారా？
　　aṃdarū　haidarābādlō　mītō　unnārā

ラーウ：ఇప్పుడు లేరండి. తమ్ముడు తప్ప అన్నా
　　ippuḍu　lēraṃḍi　tammuḍu　tappa　annā

　　అక్కా ఇక్కడ లేరు.
　　akkā　ikkaḍa　lēru

田中：ఎందుకు？ వాళ్లు ఎక్కడ ఉన్నారు？
　　eṃduku　wāḷḷu　ekkaḍa　unnāru

ラーウ：అన్న ఉద్యోగంలో విజయవాడలో ఉన్నాడు.
　　anna　udyōgaṃlō　wijayawāḍalō　unnāḍu

అక్క పెళ్లితర్వాత అమెరికాలో ఉంది. అక్కకి
akka peḷḷitarwāta amerikālō uṃdi akkaki

ఒక పాప ఉంది. అందమైన పిల్ల.
oka pāpa uṃdi aṃdamaina pilla

田中：అందరూ కులాసాగా ఉన్నారా ?
aṃdarū kulāsāgā unnārā

ラーウ：ఆఁ, కులాసాగానే ఉన్నారు.
ã kulāsāgānē unnāru

[訳]

田中：あなたには兄弟姉妹が何人いますか？

ラーウ：３人です。兄と弟と姉がいます。

田中：皆、ハイダラーバードにあなたと一緒に住んでいるのですか？

ラーウ：いいえ、今はいません。弟以外、兄と姉はここにはいません。

田中：なぜですか？　どこにいるのですか？

ラーウ：兄は仕事でヴィジャヤワーダにいます。姉は結婚後アメリカに住んでいます。姉には赤ちゃんが１人います。かわいい女の子です。

田中：皆さんお元気ですか？

ラーウ：ええ、とても元気です。

[単語]

అందమైన 形 美しい，かわいい
అక్క 名 姉
అన్న 名 兄
అమెరికా（America）固 アメリカ合衆国
ఆఁ 間 ええ
ఇప్పుడు 副 今
ఉండు 動 いる，ある
ఉద్యోగం 名 仕事，職業
ఎంతమంది 疑 何人
ఎందుకు 疑 なぜ
ఒక 形 １の，ひとりの
కుటుంబం 名 家族
కులాసాగా 副 元気で
చెల్లెలు 名 妹
-డు 接辞（３人称単数男性）
తప్ప 接辞 ～以外
తమ్ముడు 名 弟
తర్వాత 後 ～の後
తో 後 ～と（一緒に）
-ది 接辞（３人称単数非男性）
నా{న} 接辞（ఉండు の現在過去形）
పాప 名 赤ちゃん
పెళ్లి 名 結婚
ముగ్గురు 名 ３人
-రు 接辞（２人称単数尊敬・３人称尊敬）
లే 動 ～ない
విజయవాడ 地 ヴィジャヤワーダ

6－1　動詞 ఉండు

ఉండు はもっとも基本的な動詞で、次の３つの用法があります。

① 「いる」「ある」という状態表現
② 副詞を併用する状態表現
③ 与格（71 頁）を併用する所有表現

時制は未来と非未来のふたつです。未来形は未来の予想や、現在から未来へ継続する習慣や状態に用います。それ以外の過去と現在が非未来形で、ここでは現在過去形と呼びます。

（1）現在過去形の活用

現在過去形は ఉండు に独自の時制で、他の動詞にはありません。全活用変化は次のとおりです。

<table>
<tr><th rowspan="2"></th><th colspan="3">肯定形</th><th colspan="3">否定形</th></tr>
<tr><th colspan="2">単　数</th><th>複　数</th><th colspan="2">単　数</th><th>複　数</th></tr>
<tr><td>1人称</td><td colspan="2">ఉన్నాను</td><td>ఉన్నాము / ఉన్నాం</td><td colspan="2">లేను</td><td>లేము / లేం</td></tr>
<tr><td>2人称</td><td colspan="2">ఉన్నావు</td><td rowspan="3">ఉన్నారు</td><td colspan="2">లేవు</td><td rowspan="3">లేరు</td></tr>
<tr><td>3人称・再帰</td><td>ఉన్నాడు</td><td>ఉన్నది / ఉంది</td><td>లేడు</td><td>లేదు</td></tr>
<tr><td>疑問</td><td colspan="2"></td><td colspan="2"></td></tr>
<tr><td>指示・疑問</td><td colspan="2">ఉన్నది / ఉంది</td><td>ఉన్నాయి</td><td colspan="2">లేదు</td><td>లేవు</td></tr>
</table>

上の活用のしくみは次のとおりです。肯定形では語幹 ఉన్ に నా が、主語が３人称単数非男性の場合は న が付き、さらに人称語尾１が付きます。否定形では語幹 లే に人称語尾２が付きます。

・肯定形：　語幹 ఉన్ + నా {న} + 人称語尾１
（ను, ము / ం, వు, రు, డు, ది, యి）

・否定形：　語幹 లే + 人称語尾２（ను, ము / ం, వు, రు, డు, దు）

人称語尾は、主語となる代名詞の語尾に対応しています。ただし人間の場合は、３人称単数男性では వాడు（వీడు）以外すべての主語に対して రు が、３人称単数非男性（＝女性）の肯定形では ది が、否定形では దు が使われます。非人間の場合は、複数・肯定形が యి、単数・否定形が దు、複数・否定形が వు です。

（2）副詞との組み合わせ

ఉండు は副詞と併用して状態を表します。

例）వారు కాశీయాత్రకి సిద్ధంగా ఉన్నారు.
　彼はベナレス巡礼に準備万端だ。
ఈ పని సులభంగా ఉంది.（＝సులభమైనది＝సులభం）
　この仕事は簡単だ。
ఆమె అందంగా ఉంది.（＝అందమైన పిల్ల）
　彼女は美人だ。

上の例のように、గా は副詞、ఐన は形容詞に特有の語尾です。

例）

名詞	副詞	形容詞
కష్టం 困難	కష్టంగా 難しく	కష్టమైన 難しい
ముఖ్యం 大事	ముఖ్యంగా 重要で	ముఖ్యమైన 重要な
అవసరం 必要	అవసరంగా 必要で	అవసరమైన 必要な

(3) 所有表現

テルグ語には「持つ」を意味する一般動詞がありません。所有を表すときには常に意味上の主語が与格になり、「誰々には何々がある」という表現をします。

例）మామగారికి రెండు మారుతి కార్లు ఉన్నాయి.
　　舅はマルチ社の車を２台持っている。
　　（舅には車が２台ある。）
　అత్తగారికి డ్రైవింగు లైసెన్సు లేదు.
　　姑は運転免許を持っていない。

6-2　動詞活用の型

テルグ語では、動詞の原形語尾は必ず ఉ でおわります。原形から語尾の ఉ を除いた部分をここでは基礎語幹と呼び、これがすべての動詞活用のもとになります。活用の基本パターンは次のとおりです。

動詞活用＝基礎語幹（原形－ఉ）＋接辞（＋人称語尾）

基礎語幹は、接辞が付く際に別の形に変化します。これを語幹交替といい、交替後の形のことを（変化しないものも含め）、用途や時制に応じて○○形語幹と呼びます。

動詞活用＝基礎語幹（原形－ఉ）＋接辞（＋人称語尾）
　　　　　　　　↓　語幹交替
　　　　　　○○形語幹

ఉండు を例に説明します。ఉండు は原形(＝辞書の見出し語)です。基礎語幹は原形から語尾の ఉ をひいた ఉండ్ です。この ఉండ్ に過去形接辞 నా を足すときに、ఉండ్ が ఉన్ に変化します。これが語幹交替で、交替後の形 ఉన్ が現在過去形語幹（肯定）です。交替後、ఉన్ に現在過去形接辞 నా が加わって ఉన్నా になり、さらに１人称単数の人称語尾 ను が加わって ఉన్నాను（私はいます）という完成形になります。(語幹交替を連声の一種と考える場合もありますが、ここでは区別しています。)

ఉన్నాను＝ఉండ్(ఉండు－ఉ)＋నా(現在過去形接辞)＋ను（１単）

↓　語幹交替

ఉన్

‖

現在過去形語幹（肯定）

なお、ఉండు の否定形に関しては、現在過去形語幹（否定）は లే で、不規則な語幹交替例です。

6－3　親族名称

インドの言語には多くの親族名称があります。付録２を参照して下さい。

彼は機織りです。

7　勧誘形と対格

— 寺院で　గుడిలో —

〈会話〉

田中：ఇది మంచి వెంకటేశ్వర గుడంట. చూద్దామా?
idi mamṃci wemṃkaṭēśwara guḍamṃṭa cūddāmā

ラーウ：అవును, ఇక్కడ చెప్పులు తీద్దాం. వెళ్దాం, పద.
awunu ikkaḍa ceppulu tīddāmṃ weḷdāmṃ pada

田中：అమ్మో! చుట్టూ రకరకాల విగ్రహాలు చాలా
ammō cuṭṭū rakarakāla wigrahālu cālā

పాతవి ఉన్నాయి!
pātawi unnāyi

ラーウ：నిజమే. గొప్ప గుడేమో. అటుపక్క దర్శనం
nijamē goppa guḍēmō aṭupakka darśanamṃ

క్యూలోకి పోదాం.
kyūlōki pōdāmṃ

田中：సరే. ఇప్పుడు దేవుణ్ణి చూద్దాం. మనం
sarē ippuḍu dēwuṇṇi cūddāmṃ manamṃ

పూజ కూడా చేద్దామా?
pūja kūḍā cēddāmā

ラーウ：అలాగే. ఆ తర్వాత ప్రసాదం కొందాం.
alāgē ā tarwāta prasādamṃ komṃdāmṃ

田中：అక్కడ స్వామిగారు ఉన్నారు. ఆయన్ని
akkaḍa swāmigāru unnāru āyanni
కలుద్దాం. ఈ గుడిగురించి అడుగుదాం.
kaluddāṃ ī guḍigurimci aḍugudāṃ

[訳]

田中：これは良いヴェンカテーシュワラ寺院だそうです。見てみましょうか？

ラーウ：はい、ここでサンダルを脱ぎましょう。では、行きましょう。

田中：わぁ！　周りにいろんな彫像が、とても古いものがありますよ。

ラーウ：本当だ。有名なお寺かもしれませんね。あそこの参拝列の方に並びましょう。

田中：ええ。では本尊にお参りしましょう。私たち、プージャもしましょうか？

ラーウ：ええ。その後で、御供を買いましょう。

田中：あそこに司祭さんがいます。彼に会いましょう。このお寺について尋ねましょう。

[単語]

-అంట 接辞 〜だそうだ
అక్కడ 副 あそこ，そこ
అటు 副 あっち，そっち
అడుగు 動 尋ねる，頼む
అమ్మో 間 へぇ〜，うわぁ
అలాగే 間 そのとおりに，了解
ఆయన్ని（ఆయనの対格）
ఏమో 間 接辞 〜かも
కలియు 動 会う
కొను 動 買う
క్యూ（cue）名 列
గురించి 後 〜について
గొప్ప 形 偉大な，有名な
చుట్టూ 副 周囲一帯に
చూచు 動 見る
చెప్పులు 名 ぞうり，サンダル
చేయు 動 する
తీయు 動 脱ぐ，取り除く
దర్శనం 名 拝顔，見ること
-దాం 接辞（勧誘形）〜しよう，〜しましょう
దేవుణ్ణి（దేవుడు（名 神）の対格）
-ని / ను 接辞（対格）〜を
నిజం 名 真実
పద 間 さあ行こう
పాత 形 古い
పూజ 名 儀礼，プージャ
పోవు 動 行く
ప్రసాదం 名 御供
మనము / మనం 代 私たち
రకరకాల 形 色々な
విగ్రహాలు（విగ్రహం（名 彫刻）の複数形）
వెంకటేశ్వర 固 ヴェンカテーシュワラ神
వెళ్లు 動 行く
స్వామి 名 司祭

7－1　勧誘形

（1）用法と活用

勧誘形は「～しよう」、「～しましょう」という意味を表します。動詞の語幹に勧誘形の接辞 దాం が付きます。

・勧誘形＝勧誘形語幹＋దాం

勧誘形では、すべての動詞の基礎語幹が語幹交替して勧誘形語幹になります。

（2）主な語幹交替

① 基礎語幹＋ఉ：　下の②～⑥に入らないすべての動詞です。

例）అడుగు → అడుగ్＋ఉ → అడుగు
→ అడుగుదాం 尋ねよう
మాట్లాడు 話す → మాట్లాడ్＋ఉ → మాట్లాడు
→ మాట్లాడుదాం 話そう

② 語尾が母音＋(ం)చు または母音＋యు の動詞では、基礎語幹語尾 (ం)చ్と య్ が ద్ に変化。さらにその中で、3音節以上からなる語では、下から2番目の音節に来る母音 అと ఇ は ఉ に変化。

例）చేయు → చేయ్ → చేద్ → చేద్దాం やろう
తీయు → తీయ్ → తీద్ → తీద్దాం 取り除こう
కలియు → కలియ్ → కలుద్ → కలుద్దాం 会おう
చూచు → చూచ్ → చూద్ → చూద్దాం 見よう

చూపించు 見せる → చూపించ్ → చూపిద్
→ చూపిద్దాం 見せよう
పరచు 広げる → పరచ్ → పరుద్ → పరుద్దాం 広げよう

③ 語尾が子音＋చుの動詞（ただし、చ్చుは除く）では、基礎語幹語尾 చ్ が ఉద్ に変化。

例）కాల్చు 燃やす → కాల్చ్ → కాలుద్ → కాలుద్దాం 燃やそう

④ 語尾が ట్టు または ప్పు の動詞では、基礎語幹語尾 ట్ట్ と ప్ప్ が డ と బ に変化。

例）పెట్టు 置く → పెట్ట్ → పెడ → పెడదాం 置こう
చెప్పు 言う → చెప్ప్ → చెబ → చెబదాం 言おう

⑤ 語尾が ను の動詞では、基礎語幹語尾 న్ の表記が ం に変化。

例）కొను → కొన్ → కొం → కొందాం 買おう
తిను 食べる → తిన్ → తిం → తిందాం 食べよう

⑥ 不規則変化例
పోవు → పో → పోదాం 行こう
ఇచ్చు あげる → ఇద్దాం あげよう
ఉండు → ఉందాం 居よう
కూర్చును / కూర్చొను 座る → కూర్చుందాం 座ろう
తెచ్చు 持って行く → తెద్దాం 持って行こう
వచ్చు 来る → వద్దాం 来よう
వెళ్లు → వెళ్దాం 行こう

7－2　対格

対格は、「～を」という直接目的語になります。斜格に対格の接辞 ని または ను が付きます。

・対格＝斜格(62頁)＋ని / ను

代名詞の対格は次のとおりです。

<table>
<tr><th></th><th colspan="2">単　数</th><th colspan="2">複　数</th></tr>
<tr><td>1人称</td><td colspan="2">నన్ను</td><td>మమ్మల్ని/మమ్మల్ను</td><td>మనల్ని / మనల్ను</td></tr>
<tr><td rowspan="2">2人称</td><td colspan="2"></td><td colspan="2" rowspan="2">(తమర్ని)
మిమ్మల్ని / మిమ్మల్ను</td></tr>
<tr><td colspan="2">నిన్ను</td></tr>
<tr><td rowspan="2">3人称</td><td colspan="2"></td><td rowspan="2">వారిని, వీరిని</td><td rowspan="2">వాళ్లని / వాళ్లను,
వీళ్లని / వీళ్లను</td></tr>
<tr><td>ఆయన్ని, ~~ఈయన్ని~~
అతన్ని, ఇతన్ని
వాణ్ణి, వీణ్ణి</td><td>ఆవిణ్ణి, ~~ఈవిణ్ణి~~
ఆమెని, ~~ఈమెని~~
దాన్ని, దీన్ని</td></tr>
<tr><td>再 帰</td><td colspan="2">తనని / తనను</td><td colspan="2">తమని / తమను</td></tr>
<tr><td>疑 問</td><td colspan="4">ఎవరిని</td></tr>
<tr><td>指 示</td><td colspan="2">దాన్ని / అది, దీన్ని / ఇది</td><td colspan="2">వాటిని / అవి, వీటిని / ఇవి</td></tr>
<tr><td>疑 問</td><td colspan="2">దేన్న / ఏది, ఏమి / ఏం</td><td colspan="2">వేటిని / ఏవి, ఏమి / ఏం</td></tr>
</table>

代名詞以外では、多くの語は主格と対格が同じ形で、変化する語は下の例にあるような一部の名詞に限られます。

例）కుక్క → కుక్కని / ను（単数）కుక్కలని / ను（複数）犬を

స్నేహితులు → స్నేహితులని / ను 友達を

対格変化では、もとになる斜格の語尾音節の子音 డ్, ణ్, న్, ర్, ల్ が対格接辞 ని / ను と結合して、ణ్ణి, న్ని, ర్ని, ల్ని に変化します。【連声 14】(→ 53 頁)

例) వాడు + ని → వాడి + ని = వాణ్ణి 彼を

రాముడు → రాముణ్ణి ラーマを

主格の語尾 అం, ఆం は ఆని に、ఎం は ఏని (ఏ = æ) に変わり、その後に ని / ను を付けます(連声 13 → 65 頁)。

例) ఆకాశం → ఆకాశాన్ని 空を　　పళ్లెం → పళ్లేన్ని 葉皿を

7-3　動詞と格と後置詞の関係

名詞の与格(కి / కు)や対格(ని / ను)は、日本語の「〜に」と「〜を」に機械的に対応するわけではなく、述語動詞によって決まります。

例) మన కష్టాలూ సుఖాలూ ఎవరితో చెబదాం.

私たちの幸不幸を誰に言おうか。

ఎల్లుండి అతనితో మాట్లాడుదాం.

明後日、彼に話しかけよう。

వచ్చే సోమవారం మాష్టరుగార్ని కలుద్దాం.

今度の月曜に先生に会おう。

మన సందేహం ఆవిణ్ణి అడుగుదాం.
私たちの疑問を彼女にきこう。

「行く」を意味する వెళ్లు や、「来る」を意味する వచ్చు では、目的語が地名の場合、「～へ」「～に」を意味する与格接辞 కి や కు は、しばしば省略されます。

例）మంచిరోజున రాజమండ్రిమీదుగా విశాఖపట్నం వెళ్దాం.
吉日にラージャマンドリ経由でヴィシャーカパトナムに行こう。

8　命令形
— 食事　భోజనం —

〈会話〉

ラーウ：తనకగారూ, ఇప్పుడు భోంచేద్దామా ?
tanakagārū　ippuḍu　bhōṃcēddāmā

అమ్మా, అన్నం పెట్టు.
ammā　annaṃ　peṭṭu

母親：సరే, రండి. ఇక్కడ కూర్చోండి. చూడండి,
sarē　raṃḍi　ikkaḍa　kūrcōṃḍi　cūḍaṃḍi

పప్పు, కూరలు, పులుసు, చారు, పచ్చడి,
pappu　kūralu　pulusu　cāru　paccaḍi

పెరుగు. అన్నీ వేసుకోండి.
perugu　annī　wēsukōṃḍi

ラーウ：సావకాశంగా భోంచెయ్యండి. ఇవిగో, మంచినీళ్లు.
sāwakāśaṃgā　bhōṃceyyaṃḍi　iwigō　maṃcinīḷlu

田中：అన్నం కొంచెమే వేయండి. ఎక్కువ వేయకండి.
annaṃ　koṃcemē　wēyaṃḍi　ekkuwa　wēyakaṃḍi

ఇదేకూరమ్మా ?
idēkūrammā

母親：అది గోంగూర పప్పు. గోంగూర అంటే
adi　gōṃgūra　pappu　gōṃgūra　aṃṭē

‘ఆంధ్ర మాత’. ఎలా ఉంది ?
āṃdhra māta elā uṃdi

田中：చాలా బాగుంది. కొంచెం కారంగా ఉంది.
cālā bāguṃdi koṃceṃ kāraṃgā uṃdi

ఐనా పరవా లేదు. తర్వాత మీ వంట నాకు
ainā parawā lēdu tarwāta mī waṃṭa nāku

నేర్పించండి.
nērpiṃcaṃḍi

[訳]

ラーウ：田中さん、食事をしましょうか？　お母さん、ご飯をよそって。

母親：では、いらっしゃい。こちらにお座り下さい。ご覧なさい、豆、おかず、プルス、ラッサム、チャトニ、ヨーグルト、全部どうぞ。

ラーウ：ごゆっくり食事をして下さい。どうぞ、お水です。

田中：ご飯は少しだけ盛って下さい。たくさんは盛らないで下さい。これは何のカレーですか？

母親：これはゴーングーラ菜と豆のカレーです。ゴーングーラ菜は「アーンドラの母」です。いかがですか？

田中：とても美味しいです。少し辛いですが、大丈夫です。あとで、あなたの手料理を私に教えて下さい。

[単語]

-అకు [接辞] (否定命令形)～するな

అన్నం [名] ごはん

అన్నీ [名] 全部

ఆంధ్ర [名] アーンドラ地方

ఇవిగో [間] ほら，どうぞ

-ఉ [接辞] (命令形)～しなさい

ఎక్కువ [副] 多く，余計に

ఎలా [疑] どのように

ఐనా [接続] それでも

కారంగా [副] 辛い

కూర [名] おかず(カレー)

కూర్చును / కూర్చొను [動] 座る

గోంగూర [名] ゴーングーラ菜

చారు [名] ラッサム

నేర్పించు [動] 教える

పచ్చడి [名] チャトニ

పప్పు [名] 豆

పరవా [名] 心配

పులుసు [名] プルス

పెట్టు [動] 置く，盛る

పెరుగు [名] ヨーグルト

భోంచేయు [動] 食事をする

భోజనం [名] 食事

మంచినీళ్లు [名] 飲料水

మాత [名] 母

రండి (వచ్చు ([動] 来る)の丁寧命令形)

వంట [名] 料理

వేయు [動] よそう，盛る

వేసుకొను [動] 自分で取る

సావకాశంగా [副] 気楽に

8－1　命令形

（1）用法と活用

ここでは、「～しろ」、「～しなさい」、「～して下さい」という意味の肯定命令形を取り上げます。動詞の語幹に命令形の接辞 ఉ が付きます。

・命令形＝命令形語幹＋ఉ

・丁寧命令形＝命令形語幹（＋ఉ）＋అండి（連声1→ 27頁）

例）పెట్టు → పెట్ట్＋ఉ → పెట్టు 置け
　　పెట్ట్＋ఉ＋అండి → పెట్ట్＋అండి → పెట్టండి 置いて下さい
　　వెళ్లు → వెళ్ల్＋ఉ → వెళ్లు 行け
　　వెళ్ల్＋ఉ＋అండి → వెళ్ల్＋అండి → వెళ్లండి 行って下さい

命令形は、多くの場合原形と同じに見えます。しかし次に見るように、一部の動詞の基礎語幹は語幹交替します。交替後の形を（交替しないものも含め）命令形語幹と呼びます。

（2）主な語幹交替

① 3音節以上からなり、語尾が母音＋చు（ただし、ంచు は除く）または母音＋యు の動詞では、基礎語幹語尾 చ్ と య్ が వ్に変化（口語では వ్ は省かれるか、無変化の場合もあります）。またその中で、下から2番目の音節に来る母音 అ と ఇ はしばしば ఉに変化。

例）పిలుచు 呼ぶ → పిలువ్ → పిలువు (పిలు) / పిలుచు 呼べ

కలయు / కలియు → కలయ్ / కలియ్ → కలవ్ / కలువ్
→ కలవు / కలువు (కలు) 会え

② 丁寧命令形で అండి を付ける際に、3音節以上からなる動詞では、下から2番目の音節に来る母音 ఇ と ఉ が అ に変化。

例）చదువు 読む（勉強する）→ చదువు 読め
→ చదవండి 読んで下さい

కుదుర్చు 直す → కుదుర్చు 直せ
→ కుదర్చండి 直して下さい

పిలుచు → పిలువు → పిలవండి 呼んで下さい

కలియు → కలువు 会え → కలవండి 会って下さい

③ 語尾が長母音＋యు の動詞の命令形語尾は、長母音＋యి と、短母音＋య్యి（口語ではしばしば短母音＋య్）のふたとおり。

例）భోంచేయు → భోంచేయి / భోంచెయ్యి (భోంచెయ్) 食事をしろ
భోంచేయండి / భోంచెయ్యండి 食事をして下さい

వేయు → వేయి / వెయ్యి 取れ
వేయండి / వెయ్యండి 取って下さい

చేయు → చేయి / చెయ్యి (చెయ్) やれ
చేయండి / చెయ్యండి して下さい

④ 不規則変化例

＋కొను（単独の動詞 కొను「買う」は除く）自分で〜する
→ ＋కో 自分で〜しろ ＋కోండి 自分で〜して下さい

例）వేసుకొను → వేసుకో 自分で取れ

వేసుకోండి 自分で取って下さい

తీసుకొను 取る→ తీసుకో 取れ

తీసుకోండి 取って下さい

పోవు → పో 行け　　　　పొండి / పోండి 行って下さい

ఇచ్చు あげる → ఇవ్వు / ఇయ్యి くれ

ఇవ్వండి / ఇయ్యండి 下さい

కూర్చును / కూర్చొను → కూర్చో 座れ

కూర్చోండి 座って下さい

చూచు → చూడు 見ろ　　చూడండి 見て下さい

తెచ్చు → తే 持って来い　తెండి / తేండి 持って来て下さい

లేచు 起きる → లే 起きろ　లెండి 起きて下さい

వచ్చు → రా 来い　　　　రండి / రాండి 来て下さい

8－2　否定命令形

(1) 用法と活用

否定命令形は、「～するな」、「～しないで下さい」を表します。動詞の語幹に否定命令形の接辞 అకు が付きます。

・否定命令形＝否定形語幹＋అకు（＋అండి）

例）విను 聞く → వినకు 聞くな　వినకండి 聞かないで下さい

一部の動詞の基礎語幹は語幹交替します。交替後の形を（交替しないものも含め）否定形語幹と呼びます。否定形語幹は後の課に出てくる過去否定形や現在未来否定形など、否定の意味をとる他の活用や、動名詞や不定詞でも使われるので重要です。

（2）主な語幹交替

① ３音節以上からなり、語尾が母音＋చు（ただし、ంచు は除く）または母音＋యు では、基礎語幹語尾 చ్ と య్ が వ్ に変化。

例）పరచు → పరవ్ → పరవకు 広げるな

పరవకండి 広げないで下さい

② ３音節以上からなる動詞では、下から２番目の音節に来る母音 ఇ と ఉ は అ に変化。

例）కలియు → కలవకు 会うな

కలవకండి 会わないで下さい

కుదుర్చు → కుదర్చకు 直すな

కుదర్చకండి 直さないで下さい

③ 語尾が長母音＋యు の動詞では、基礎語幹語尾の長母音＋య్ は無変化か、短母音＋య్య に変化。

例）చేయు → చేయకు / చెయ్యకు するな

చేయకండి / చెయ్యకండి しないで下さい

④ 不規則変化例

+కొను → +కోకు 自分で～するな

+కోకండి 自分で～しないで下さい

పోవు → పోకు 行くな　　పోకండి 行かないで下さい

ఇచ్చు → ఇవ్వకు / ఇయ్యకు あげるな

ఇవ్వకండి / ఇయ్యకండి あげないで下さい

కూర్చును, కూర్చొను → కూర్చోకు 座るな

కూర్చోకండి 座らないで下さい

చూచు → చూడకు 見るな

చూడకండి 見ないで下さい

తెచ్చు → తేకు / తేవకు 持って来るな

తేకండి 持って来ないで下さい

వచ్చు → రాకు 来るな　　రాకండి 来ないで下さい

8－3　もうひとつの命令形

身内や親しい相手へのくだけた丁寧命令表現があります。

・勧誘形語幹＋దు＋వు / రు＋గాని

上の వు / రు の వు は単数、రు は複数の場合です。

例）చేతులు కడుగుకో, భోంచేద్దురు గాని.

手を洗って、食事をするのよ。

9 過去時制
— 健康 ఆరోగ్యం —

〈会話〉

田中 : నిన్న నాకు అసలు ఒంట్లో బాగాలేదు.
ninna nāku asalu omṭlō bāgālēdu

రోజంతా ఏమీ చెయ్యలేదు.
rōjaṃtā ēmī ceyyalēdu

ラーウ : అయ్యో పాపం! ఏమైంది?
ayyō pāpaṃ ēmaimdi

田中 : పొద్దున జలుబు చేసింది. తర్వాత జ్వరం
podduna jalubu cēsimdi tarwāta jwaraṃ

వచ్చింది. సాయంకాలం కడుపు నొప్పి
waccimdi sāyaṃkālaṃ kaḍupu noppi

కూడా వచ్చింది.
kūḍā waccimdi

ラーウ : డాక్టరు దగ్గరకు వెళ్ళారా?
ḍākṭaru daggaraku weḷḷārā

田中 : లేదు. మందులు వేసుకొన్నాను కాబట్టి
lēdu maṃdulu wēsukonnānu kābaṭṭi

ఇప్పుడు తగ్గిపోయింది.
ippuḍu taggipōyimdi

ラーウ：బాగా రెస్టు తీసుకొన్నారా？
bāgā restu tīsukonnārā

田中：అవును కానీ రాత్రి టీవీలో ‘మాయాబజార్’
awunu kānī rātri ṭīwīlō māyābajār

మొత్తం చూశాను. భాష సరిగా అర్థం కాలేదు
moṭṭaṃ cūśānu bhāṣa sarigā arthaṃ kālēdu

గానీ నాకు చాలా బాగా నచ్చింది.
gānī nāku cālā bāgā nacciṃdi

[訳]

田中：昨日はまったく身体の具合が良くなかったです。1日中何もしませんでした。

ラーウ：それはかわいそうに！　どうしたんですか？

田中：朝風邪をひきました。後で熱が出ました。夕方にお腹も痛くなりました。

ラーウ：医者にかかりましたか？

田中：いいえ。薬を飲んだので、今はおさまりました。

ラーウ：十分休みましたか？

田中：ええ、でも夜テレビで「マーヤーバザール」を全部見ました。言葉はよく分かりませんでしたが、とても気に入りました。

[単語]

-అ ...లేదు（過去否定形）～しなかった
అంతా 名 あれ全部
అయ్యో 間 あれまぁ
అర్థం అవు 動 理解する
అవు 動 なる
అసలు 副 まったく（～ない）
-ఆ (æ), -ఇం, -ఇన 接辞（過去形）～した
ఆరోగ్యం 名 健康
ఒంటి（ఒళ్లు（名 身体）の斜格）
కడుపు 名 腹
కా（అవు の否定形語幹）
కానీ 接続 ～だが，しかし
కాబట్టి 接続 ～だから
గానీ → కానీ
జలుబు 名 風邪
జ్వరం 名 発熱
టీవీ（TV）名 テレビ
డాక్టరు（doctor）名 医者
తగ్గిపోవు 動 減る
తీసుకొను 動 手に取る
దగ్గర 後 ～のところ，～のそば
నచ్చు 動 好む
నిన్న 名 昨日
నొప్పి 名 痛み
పాపం 間 可哀想に
పొద్దున 副 朝に
బాగా 副 よく
మందులు（మందు（名 薬）の複数形）
మాయాబజార్ 固 映画「マーヤーバザール」
మొత్తం 名 全部
రాత్రి 名 夜
రెస్టు（rest）名 休憩
రోజు 名 日
సరిగా 副 よく
సాయంకాలం 名 夕方

9－1　過去形

（1）用法と活用

一般動詞の時制は過去と非過去のふたつです。過去形は完了・継続・状態など過去のすべての動作に使われます。肯定形では、動詞の語幹に過去形の接辞と人称語尾１が付きます。過去形接辞は æ で、表記上は ఆ か ఏ で代用されます（本書では ఆ を採用しています）。これは、主語が３人称単数非男性の場合は ఇం または ఇన になります。また、語尾が ను の動詞の場合は、文字通り ā と発音されます。

・肯定形＝過去形語幹＋ఆ（æ）{ఇం / ఇన}＋人称語尾１（79 頁）

・否定形＝否定形語幹（97 頁）＋అ＋లేదు

一部の動詞の基礎語幹は語幹交替します。交替後の形を（交替しないものも含め）過去形語幹と呼びます。వెళ్లు（行く）を例に取ると、肯定形の全活用は次のとおりです。

<table>
<tr><th></th><th colspan="2">単　数</th><th>複　数</th></tr>
<tr><td>１人称</td><td colspan="2">వెళ్లాను</td><td>వెళ్లాము / వెళ్లాం</td></tr>
<tr><td rowspan="2">２人称</td><td colspan="2"></td><td rowspan="5">వెళ్లారు</td></tr>
<tr><td colspan="2">వెళ్లావు</td></tr>
<tr><td rowspan="2">３人称·再帰</td><td colspan="2"></td></tr>
<tr><td>వెళ్లాడు</td><td>వెళ్లింది / వెళ్లినది</td></tr>
<tr><td>疑　問</td><td colspan="2"></td></tr>
<tr><td>指示·疑問</td><td colspan="2">వెళ్లింది / వెళ్లినది</td><td>వెళ్లాయి</td></tr>
</table>

否定形では、否定形語幹に否定形接辞 అ と లేదు が付き、人称別変化はありません。వెళ్లు を例に取ると、全て వెళ్లలేదు になります。

(2) 過去形語幹の主な語幹交替

① 語尾が యు の動詞では、基礎語幹語尾 య్ が శ్ または స్(3人称単数非男性)に変化。

例) చేయు → చేశ్ / చేస్ → చేశాను 私はやった

చేసింది / చేసినది 彼女(それ)はやった

② 3音節以上からなる動詞では、下から2番目の音節に来る母音 అ と ఉ が ఇ に変化。

例) అడుగు → అడిగ్ → అడిగాను 私は尋ねた

అడిగింది / అడిగినది 彼女(それ)は尋ねた

పరచు → పరిచ్ → పరిచాను 私は広げた

పరిచింది / పరిచినది 彼女(それ)は広げた

③ 語尾が ను の動詞では、基礎語幹語尾 న్ は న్న్ に変化し、接辞 æ の発音も ā に変化。主語が3人称単数非男性の場合は、過去形語尾は ంది または న్నది。

例) తీసుకొను → తీసుకొన్న్ → తీసుకొన్నాను 私は自分で取った

తీసుకొంది / తీసుకొన్నది 彼女(それ)は自ら取った

తిను → తిన్న్ → తిన్నాను 私は食べた

తింది / తిన్నది 彼女(それ)は食べた

④ 不規則変化例

పడు 落ちる → పడ్డ్ / పడ్ → పడ్డాను 私は落ちた

పడింది / పడినది 彼女(それ)は落ちた

పోవు → పోయ్ → పోయాను 私は行った

పోయింది / పోయినది 彼女(それ)は行った

అవు → అయ్యాను 私はなった(終えた)

అయింది / అయినది 彼女(それ)はなった(終わった)

(3) 過去否定形の語幹交替

否定形語幹の語幹交替の規則は、98 頁に示したとおりですが、不規則変化例の過去否定形は次のとおりです。

+కొను → +కో లేదు

పోవు → పో లేదు

అవు → అవలేదు / కాలేదు

ఇచ్చు → ఇవ్వ లేదు

కూర్చును, కూర్చొను → కూర్చో లేదు

చూచు → చూడ లేదు

తెచ్చు → తే లేదు

వచ్చు → రా లేదు

9-2　過去形の方言

過去形には顕著に方言が表れます。これまで見て来たのは沿岸アーンドラ地方で使われる「標準形」ですが、内陸南部のラヤラシーマ地方では、過去形接辞 ǣ が inǣ に、内陸北部のテランガーナ地方では in や ina になります。ただし、ラヤラシーマ方言の形はテルグ語の古い形でもあるので、方言ではなく古風な言い回しとしても使われます。

例）వచ్చాడు　沿岸アーンドラ方言（標準形）
　　వచ్చినాడు　ラヤラシーマ方言
　　వచ్చిండు,　వచ్చినడు　テランガーナ方言
　　నేను పసుపూ కుంకుమా తెచ్చినాను.
　　　私はターメリックとクムクムを持って来た。
　　　（ラヤラシーマ方言）

実家はマチリーパトナムです。

10　現在未来時制

— 休日　సెలవు రోజు —

〈会話〉

ラーウ：మీరు మళ్లీ ఎప్పుడు వస్తారు మా ఇంటికి ?
mīru maḷḷī eppuḍu wastāru mā iṃṭiki

田中：మీరే చెప్పండి. మీకే ఎప్పుడూ ఏదో ఒక పని
mīrē ceppaṃḍi mīkē eppuḍū ēdō oka pani

ఉంటుంది కదా. నేను ఎక్కడికీ వెళ్లను కనక.
uṃṭuṃdi kadā nēnu ekkaḍikī weḷlanu kanaka

ラーウ：సరే అయితే ఒక పని చెయ్యండి. వచ్చే ఆదివారం
sarē ayitē oka pani ceyyaṃḍi waccē ādiwāraṃ

మీరు రండి. ఆ రోజు నాకు పెళ్లిచూపులు.
mīru raṃḍi ā rōju nāku peḷlicūpulu

田中：అలాగా ? తప్పకుండా వస్తాను. ఎన్నింటికి ?
alāgā tappakuṃḍā wastānu enniṃṭiki

ラーウ：మధ్యాహ్నం ఒంటి గంటకి మా ఇంటికి రండి.
madhyāhnaṃ oṃṭi gaṃṭaki mā iṇṭiki raṃḍi

田中：అలాగే. వెళ్లొస్తాను, మంచిదండి.
alāgē weḷlostānu maṃcidaṃḍi

ラーウ：సరే, ఉంటాను.
sarē uṃṭānu

[訳]

ラーウ：また、いつうちにいらっしゃいますか？
田中：あなたが先にご予定を言って下さい。あなたはいつも何かしら仕事があるでしょう。私はどこにも行きませんから。
ラーウ：では、こうして下さい。来週日曜にうちに来て下さい。その日は、私のお見合いがあるんです。
田中：そうなんですか？　必ず行きます。何時ですか？
ラーウ：午後1時に家に来て下さい。
田中：わかりました。それではまた、さようなら。
ラーウ：では、さようなら。

[単語]

-అ+人称語尾（現在未来否定形）～しない
అలాగా 間 そうですか
ఆదివారం 名 日曜日
ఇంటి（ఇంట（名 部分）の斜格（慣用的に）時間）
ఉంటాను 間 さようなら
ఎన్ని 疑 いくつ
ఎప్పుడు 疑 いつ
ఎప్పుడూ 副 いつも
ఏదో 代 どれか
ఒంటి（ఒక の斜格）
కదా 接辞 ～でしょう
కనుక 接続 だから
చెప్పు 動 言う
తప్పకుండా 副 必ず
-తా, -టా {-తుం, -టుం} 接辞（現在未来形）～する
పని 名 仕事
పెళ్లిచూపులు 名 お見合い
మంచిది 間 さようなら
మధ్యాహ్నం 名 昼
మళ్లీ 副 また
వచ్చే 形 次の
వెళ్లొస్తాను 間 さようなら
సెలవు 名 休暇

10－1　現在未来形

（1）用法と活用

一般動詞の非過去時制は現在と未来の両方を表すので、ここでは現在未来と呼びます。現在と未来のすべての動作に使われます。肯定形では、動詞の語幹に現在未来形の接辞と人称語尾１が付きます。現在未来形接辞は తా で、主語が３人称単数非男性の場合は తుం です。これらは ఉండు 動詞と語尾が ను の動詞の場合は టా と టుం になります。否定形では、否定形語幹に否定接辞 అ と人称語尾２が付きます。

・肯定形＝現在未来形語幹＋తా, టా {తుం, టుం}＋人称語尾１（79 頁）

・否定形＝否定形語幹（97 頁）＋అ＋人称語尾２（79 頁）

すべての動詞の基礎語幹は語幹交替し、現在未来形語幹になります。పడు（落ちる・陥る）を例にとると、肯定形は次のようになります。

<table>
<tr><th></th><th colspan="2">単　数</th><th>複　数</th></tr>
<tr><td>１人称</td><td colspan="2">పడుతాను</td><td>పడుతాము / పడుతాం</td></tr>
<tr><td>２人称</td><td colspan="2">పడుతావు</td><td rowspan="3">పడుతారు</td></tr>
<tr><td>３人称･再帰</td><td>పడుతాడు</td><td>పడుతుంది</td></tr>
<tr><td>疑　問</td><td colspan="2"></td></tr>
<tr><td>指示･疑問</td><td colspan="2">పడుతుంది</td><td>పడుతాయి</td></tr>
</table>

下の例は ఉండు の否定形です。

<table>
<tr><td></td><td colspan="2">単　数</td><td>複　数</td></tr>
<tr><td>1人称</td><td colspan="2">ఉండను</td><td>ఉండము / ఉండం</td></tr>
<tr><td>2人称</td><td colspan="2">ఉండవు</td><td rowspan="3">ఉండరు</td></tr>
<tr><td>3人称･再帰</td><td>ఉండడు</td><td>ఉండదు</td></tr>
<tr><td>疑　問</td><td colspan="2"></td></tr>
<tr><td>指示･疑問</td><td colspan="2">ఉండదు</td><td>ఉండవు</td></tr>
</table>

（2）肯定形の主な語幹交替

① 基礎語幹＋ఉ： 下の②～⑥に入らないすべての動詞。

例）వండు → వండ్＋ఉ → వండుతాను 私は料理する

వండుతుంది 彼女（それ）は料理する

② 語尾が母音＋(ం)చు または母音＋యు の動詞では、基礎語幹語尾 (ం)చ్ と య్ が స్ に変化。さらにその中で、3音節以上からなる語では、下から2番目の音節に来る母音 అ と ఇ が ఉ に変化。

例）చేయు → చేస్ → చేస్తాను 私はする

చేస్తుంది 彼女（それ）はする

చూపించు → చూపిస్ → చూపిస్తాను 私は見せる
చూపిస్తుంది 彼女(それ)は見せる

పరచు → పరుచ్ → పరుస్తాను 私は広げる
పరుస్తుంది 彼女(それ)は広げる

కలియు → కలుస్ → కలుస్తాను 私は会う
కలుస్తుంది 彼女(それ)は会う

③ 語尾が子音＋చు（ただし、చ్చు は除く）の動詞では、基礎語幹語尾 చ్ が ఉస్ に変化。

例）కాల్చు → కాలుస్ → కాలుస్తాను 私は燃やす
కాలుస్తుంది 彼女(それ)は燃やす

④ 語尾が ట్టు や ప్పు の動詞では、基礎語幹語尾 ట్ట్ と ప్ప్ が డ と బ に、主語が３人称単数非男性の場合には డు と బు に変化。

例）చెప్పు → చెబ → చెబతాను 私は言う
చెబుతుంది 彼女(それ)は言う

⑤ 語尾が ను の動詞では、基礎語幹語尾 న్ の表記が ం に変化。

例）కొను 買う → కొం → కొంటాను 私は買う
కొంటుంది 彼女(それ)は買う

⑥ 不規則変化例

పోవు 行ってしまう → పోతాను 私は行く
వెళ్లిపోతుంది 彼女(それ)は行く

ఉండు → ఉంటాను 私はいる（さようなら）

ఉంటుంది 彼女（それ）はいる

ఇచ్చు → ఇస్తాను 私はあげる

ఇస్తుంది 彼女（それ）はあげる

తెచ్చు → తెస్తాను 私は持って来る

తెస్తుంది 彼女（それ）は持って来る

వచ్చు → వస్తాను 私は来る

వస్తుంది 彼女（それ）は来る

（3）否定形の語幹交替

否定形語幹の語幹交替の規則は 98 頁に示したとおりですが、不規則変化例の現在未来否定形は次のとおりです。

+కొను → +కో+人称語尾 2

పోవు → పో+人称語尾 2

ఇచ్చు → ఇవ్వ / ఇయ్య+人称語尾 2

కూర్చును, కూర్చొను → కూర్చో+人称語尾 2

చూచు → చూడ+人称語尾 2

తెచ్చు → తే+人称語尾 2

వచ్చు → రా+人称語尾 2

10－2　語尾の長音３

（1）疑問詞や名詞の語尾の長音＋否定：「まったく〜ない」

ఎప్పుడూ＋否定　いつも〜ない

ఎక్కడా＋否定　どこも〜ない

ఎవరూ＋否定　誰も〜ない

ఏమీ / ఏం＋否定　何(を)も〜ない

例）జపాన్ లో ఎప్పుడూ ఎక్కడా మంచి సీతాఫలాలు దొరకవు.
　日本には、いつもどこにもおいしいシーターパラムはない。

మా అనాథశరణాలయంలో పిల్లలు అందరికీ తల్లితండ్రులు లేరు.
　うちの孤児院の子供たち皆に両親がいない。

నువ్వు వాడిగురించి ఏమనుకోకు.
　おまえは彼のことを何も考えるな。

ఎవరికీ ఏమీ తెలియదు.
　誰も何も知らない。

（2）語尾の長音＋指示代名詞：曖昧な「〜など」「〜とか」

例）నీదగ్గర పారలూ,　కొడవళ్లూ,　అవీ చాలా ఉన్నాయి కదూ?
　おまえの家には鋤(すき)とか鎌(かま)とか、いろいろあるだろう？

10－3　語尾の ఓ

（1）数量を表す疑問詞＋ఓ：「多くの」

ఎంతో 多くの(量)　　ఎన్నో* 多くの(数)　　ఎందరో 大勢の

例）గోదావరి పుష్కరానికి ఎందరో జనం వచ్చారు.
ゴーダーヴァリ河のプシュカラム祭に大勢がやって来た。

*ఎన్నో は、序数の疑問詞でもあります。(47 頁)

例）ఎన్నో తేదీ బయలుదేర్తారు？何日に出発しますか？

(2)（1）以外の疑問詞＋ఓ：肯定文で不確実性

ఎప్పుడో いつか　ఎందుకో なぜか　ఎక్కడో どこかで
ఎలాగో どうにか　ఎవరో 誰か　ఏదో, ఏవో どれか
ఏమిటో, ఏమో* 何かしら　ఎటో どっちかの方に

例）మళ్లీ మనం ఎక్కడో ఎప్పుడో కలుసుకొందాం.
また私たちはいつかどこかで会いましょう。
మా ఏనుగు ఎక్కడికో వెళ్లిపోయింది.
うちの象がどこかへ行ってしまった。

*ఏమిటో, ఏమో は、「～かも」という推測も表します。

例）మీరు ఎండలో అలిసిపోతారేమో.
あなたは暑さで疲れてしまうかもしれない。

(3) イディオム

ఎప్పుడోఒకప్పుడు いつかある時
ఎక్కడో ఒకచోట どこかある所
ఎవరో ఒకరు 誰かひとり

ఏమిటో ఒకటి 何かひとつ

ఎందుకో ఒకందుకు なにかの理由で

ఎలాగో / ఎట్లాగో ఒకలాగా どうにかこうにか

ఏదో ఒకటి どれかひとつ　　ఏవో కొన్ని どれかいくつか

ఎన్నో కొన్ని どれかいくつか　　ఎంతో కొంత いくらか

ఎందరో కొందరు 何人か　ఎటో ఒకవైపు どちらか片方の方に

例）వీటిలో ఏదో ఒకటి తీసుకోండి.

この中のどれかひとつを取って下さい。

（4）ふたつ以上の単語の語尾＋ఓ：「～か、～か」

例）రేపో ఎల్లుండో（＝రేపు గానీ ఎల్లుండి గానీ）గురువుగారిని కలుస్తాను.

私は明日か明後日に師匠に会います。

（5）文末のఓ：「～だか」「～かしらね」

例）మా అబ్బాయి పరీక్ష పాస్ అయ్యాడో లేదో！

息子は試験に受かったんだかどうだか！

ఏమి చేస్తానో ఏమిటో！

どうしたらいいか、いやはやなんとも！

全部どうぞ。

11　進行形と動名詞

— 何をしていますか？　ఏం చేస్తున్నారు ? —

〈例文〉

1　a：మీరు ఏం చేస్తున్నారు ?
mīru ēṃ cēstunnāru

b：ఏంలేదు, ఊరికే ఆలోచిస్తున్నాను.
ēṃlēdu ūrikē ālōcistunnānu

2　a：మీ అబ్బాయి ఏం చేస్తున్నాడు ?
mī abbāyi ēṃ cēstunnāḍu

b：కంపెనీలో ఇంజినీర్‌గా పని చేస్తున్నాడు.
kaṃpēnīlō iṃjinīrgā pani cēstunnāḍu

3　a：ఒరేయి, తొందరగా రా. అమ్మ వెళ్లిపోతూంది.
orēyi toṃdaragā rā amma weḷlipōtūṃdi

b：ఒక్క నిమిషం, ఇప్పుడే వస్తున్నా.
okka nimiṣaṃ ippuḍē wastunnā

4　a：ఈరోజు మా ఊరికి నీళ్లు వదలడం లేదు.
īrōju mā ūriki nīḷlu wadalaḍaṃ lēdu

b：అందుకని మీ పొలానికి కూడా ఇప్పుడు నీళ్లు రావటం లేదా ?
aṃdukani mī polāniki kūḍā ippuḍu nīḷlu rāwaṭaṃ lēdā

5　a：మీ అమ్మాయికి ఇంగ్లీషు చదవటం వచ్చా ?
mī ammāyiki iṃglīṣu cadawaṭaṃ waccā

b：ఎందుకు రాదు ? చదవటం, రాయటమే కాకుండా
eṃduku rādu cadawaṭaṃ rāyaṭamē kākuṃḍā

మాట్లాడటం కూడా వచ్చు.
māṭlāḍaṭaṃ　kūḍā　waccu

[訳]

1　a：何をしているのですか？
　b：何でもありません、ただ考え事をしているだけです。
2　a：あなたの息子さんは何の仕事をしていますか？
　b：会社でエンジニアとして働いています。
3　a：ほら、すぐに来てよ。お母さんが行っちゃう。
　b：ちょっと待って、今行きます。
4　a：今日は私たちの村に水が来ていません。
　b：だから、うちの田畑にも今水が来ていないんですね？
5　a：あなたの娘さんは英語ができますか？
　b：できるに決まっているでしょう。読み書きだけでなく、会話もできます。

11－1　進行形

（1）用法と活用

進行形は進行中の動作、継続的な状態、近未来の動作を表します。

・肯定形＝現在未来形語幹（110 頁）＋తో, టో {తు, టు}
＋ఉండు(+)

進行形接辞は తో で、主語が３人称単数非男性の場合は తు になります。これは、原形語尾が ను の動詞の場合は టో と టు になります。

また人称や時制は ఉండు の活用で表すため、時制は現在過去と未来の２つになります。

చేయు（する）を例に取ると全活用は下の表のとおりです。主語が３人称単数非男性の場合、規則どおりの活用では現在過去進行形 చేస్తుంది/ చేస్తున్నది（＝現在未来形）、未来進行形 చేస్తుంటుంది になるはずですが、実際には両方とも చేస్తూంది または చేస్తున్నది が用いられます。また、複合動詞の చేస్తూ＋ఉండు(+)（147 頁）も使われます。

・現在過去進行形：

<table>
<tr><th></th><th colspan="2">単　数</th><th>複　数</th></tr>
<tr><td>１人称</td><td colspan="2">చేస్తున్నాను</td><td>చేస్తున్నాము / చేస్తున్నాం</td></tr>
<tr><td>２人称</td><td colspan="2">చేస్తున్నావు</td><td rowspan="3">చేస్తున్నారు</td></tr>
<tr><td>３人称</td><td>చేస్తున్నాడు</td><td>చేస్తూంది / చేస్తున్నది</td></tr>
<tr><td>疑　問</td><td colspan="2"></td></tr>
<tr><td>指示・疑問</td><td colspan="2">చేస్తూంది / చేస్తున్నది</td><td>చేస్తున్నాయి</td></tr>
</table>

・未来進行形：

<table>
<tr><th></th><th colspan="2">単　数</th><th>複　数</th></tr>
<tr><td>1人称</td><td colspan="2">చేస్తుంటాను</td><td>చేస్తుంటాము / చేస్తుంటాం</td></tr>
<tr><td>2人称</td><td colspan="2">చేస్తుంటావు</td><td rowspan="3">చేస్తుంటారు</td></tr>
<tr><td>3人称</td><td>చేస్తుంటాడు</td><td>చేస్తూంది / చేస్తున్నది</td></tr>
<tr><td>疑　問</td><td colspan="2"></td></tr>
<tr><td>指示・疑問</td><td colspan="2">చేస్తూంది / చేస్తున్నది</td><td>చేస్తుంటాయి</td></tr>
</table>

（2）主な語幹交替

現在未来形語幹の語幹交替の規則は111頁に示したとおりですが、進行形では、原形語尾が ట్టు と ప్పు の動詞の基礎語幹語尾 ట్ట్ と ప్ప్ が డు と బు に変化します。

例）చెప్పు → చెబుతున్నాను 私は言っている
　　చెబుతూంది / చెబుతున్నది 彼女（それ）は言っている・いた

不規則変化例の進行形は次のとおりです。

・ఉండు → ఉంట్+ఉండు(+)，ఉంటూంది / ఉంటున్నది
・ఇచ్చు → ఇస్త్+ఉండు(+)，ఇస్తూంది / ఇస్తున్నది
・తెచ్చు → తెస్త్+ఉండు(+)，తెస్తూంది / తెస్తున్నది

・వచ్చు → వస్త్+ఉండు(+)，　వస్తూంది / వస్తున్నది

11－2　動名詞

（1）用法と活用

動名詞には、①「～する（しない）こと」を表す名詞的用法と、②上記の進行形の否定（必ず లేదు を伴います）があります。

① 名詞的用法

・肯定形＝否定形語幹（97 頁）＋అటం / అడం　～すること

・否定形＝否定形語幹＋అకపోవటం　～しないこと

జరుగు（起こる）、మొదలుపెట్టు（始める・始まる）など、慣用的に動名詞を伴う動詞があります。

例）ఆ టైలరు బట్టలు కుట్టటం మొదలుపెట్టింది.
　　あのテイラーは服を縫い始めた。
　　మా కార్మికులు సమ్మె చెయ్యటం జరిగింది.
　　うちの労働者らがストを起こした。
　　నేను రేపు మా సంఘానికి వెళ్లటం కుదరదు.
　　私は明日我々の協会に行けません。

② 否定進行形

・否定進行形＝否定形語幹＋అటం లేదు ～していない、なかった

例）ఈమధ్య పిల్లలు బడికి అసలు రావటం లేదు.
　　最近は子供たちがまったく学校に来ない。

ఈరోజు బందు గనక పిల్లలు బడికి వెళ్లకపోవటం మంచిది.
今日はストなので、子供たちが学校に行かないのは良いことだ。

(2) 主な語幹交替

否定形語幹の語幹交替の規則は 98 頁のとおりですが、不規則変化例は次のとおりです。

+కొను → +కోటం　　పోవు → పోవటం
అవు → అవటం / కావటం　　ఇచ్చు → ఇవ్వటం / ఇయ్యటం
కూర్చును, కూర్చొను → కూర్చోటం　　చూచు → చూడటం
తెచ్చు → తేవటం　　వచ్చు → రావటం

(3) 動名詞を使った慣用表現例

① 動名詞＋కి： ～するには
(అటం＋కి → అటానికి（連声 13→ 65 頁))

例) మీ ఇంటికి రావటానికి వీలు పడలేదు.
あなたの家に行く都合がつきませんでした。

② 動名詞＋వల్ల： ～する（した）ので（理由）

例) మంచి పట్టు చీర దొరకకపోవటంవల్ల దేవి సల్వార్ కమీజు కొనుక్కొన్నది.
いい絹サリーがなかったので、デーヴィはサルワール・カミーズを買った。

③ 動名詞＋తో： ～する（した）ので（同時・理由）

例）కరెంటు పోవటంతో దోమలు మమ్మల్ని కరవటం మొదలుపెట్టాయి.

停電になると、蚊が私たちを噛みだした。

④ 動名詞＋తోటే： ～するとすぐに、～したとたんに

例）రావు అమ్మాయిని చూడటంతోటే సిగ్గు పడ్డాడు. అంటే అతనికి అమ్మాయి నచ్చిందన్నమాట.

ラオは女の子を見た途端に恥ずかしくなった。つまり、彼は彼女が気に入ったということだ。

11－3　動詞の１人称語尾ను の省略

口語では、１人称単数の動詞語尾ను はしばしば省略されます。

例）నిన్న కొంత పని చేశా. ఈవాళ ఇంకోటి చేస్తున్నా. రేపు సెలవు తీసుకొంటా.

私は昨日いくらか仕事をしました。今日はもう一仕事しています。明日は休みます。

ゴーダーヴァリ河にやって来ました。

12　不定詞 1

— 心配する必要はありません。బాధపడనక్కర లేదు. —

〈例文〉

1　a：ఇన్ని గొర్రెలు కాచాలా ?
inni gorrelu kācālā

b：మీరు ఏమీ బాధపడనక్కర లేదు.　నేనే అన్నీ
mīru ēmī bādhapaḍanakkara lēdu　nēnē annī

చూసుకొంటాను.
cūsukomṭānu

2　a：పాలవాడు రాంగానే పిల్లికి ఆకలివేసింది.
pālawāḍu rāmgānē pilliki ākaliwēsimdi

b：పాలవాడి కుక్క మొరగగానే ఆ పిల్లి పరుగెత్తిపోయింది.
pālawāḍi kukka moragagānē ā pilli parugettipōyimdi

3　a：రాధ ఎండలో ఎక్కువగా తిరగటంవల్ల నిద్రపోతుంది.
rādha emḍalō ekkuwagā tiragaṭamwalla nidrapōtumdi

b：లేదులే.　మొక్కబుట్టలు ఎక్కువ తినబట్టి నిద్ర వచ్చింది.
lēdulē　mokkabuṭṭalu ekkuwa tinabaṭṭi nidra waccimdi

4　a：రైలు టికెట్లు కొనటానికి ఇప్పుడే బయలుదేరాలా ?
railu ṭikeṭlu konaṭāniki ippuḍē bayaludērālā

b：అహాఁ,　ఎప్పుడైనా వెళ్లచ్చు.　మీ ఇష్టం.
ahā　eppuḍainā weḷlaccu　mī iṣṭam

5　a：అధికార్లకి ఎప్పుడూ లంచం ఇవ్వాలా ?
adhikārlaki eppuḍū lamcam iwwālā

b：లంచం ఇవ్వద్దూ,　అంతేకాకుండా మరి తీసుకోకూడదు
　laṃcaṃ iwwaddū　aṃtēkākuṃḍā mari tīsukōkūḍadu

　కూడా.
　kūḍā

[訳]

1　a：これだけの数の羊を世話しなければなりませんか？

　b：あなたは何も心配する必要はありません。私が全部面倒を見ましょう。

2　a：牛乳配達人が来たとたん、猫はお腹が空きました。

　b：牛乳配達人の犬が吠えたとたん、その猫は逃げていきました。

3　a：ラーダは暑い中ウロウロしすぎたので、眠っています。

　b：いえいえ、トウモロコシを食べ過ぎて眠くなったんです。

4　a：鉄道のチケットを買いに、今すぐ出発しなければいけませんか？

　b：いいえ、いつでも行っていいです。お好きにどうぞ。

5　a：役人にはいつも賄賂をやらなくてはなりませんか？

　b：賄賂は渡してはダメですし、またそれだけでなく、貰ってもダメです。

12－1　不定詞

（1）用法と活用

テルグ語の多くの表現で不定詞が用いられます。

・不定詞＝否定形語幹（97 頁）＋అన్ / అ

不定詞接辞は అన్ ですが、న్ が落ちて అ となる場合が多くあります。否定形語幹の語幹交替の規則は 98 頁のとおりですが、不規則変化例の不定詞は次のとおりです。

+కొను → +కోన్ / కో　　　　పోవు → పోన్ / పో

అవు → అవన్ / కాన్ / అవ / కా

ఇచ్చు → ఇవ్వన్ / ఇయ్యన్ / ఇవ్వ / ఇయ్య

కూర్చును, కూర్చొను → కూర్చోన్ / కూర్చో

చూచు → చూడన్ / చూడ

తెచ్చు → తేన్ / తే　　　　వచ్చు → రాన్ / రా

（2）簡単な用例：動詞以外の語と組み合わせ

① 不定詞＋ అక్కర, అవసరం ＋లేదు： ～する必要はない

例） ఈమధ్య ఆడవాళ్లకి సాంబారుపొడి ఇంట్లో తయారుచేయనవసరం లేదు.

最近女性は家でサンバル・パウダーを作る必要はない。

ఈ కుండ మీది కానక్కర లేదు.

この土製のかめは、あなたのものである必要はない。

నువ్వు ఇల్లాలిగా ఉండక్కర లేదు.

あなたは専業主婦でいる必要はない。

② 不定詞＋గా： ～なのに、～の時に（もかかわらず）

例） కంప్యూటర్లు ఉండగా ఎందుకు జాతకంగురించి జోతిష్యుణ్ణి అడుగుతారు ?

コンピューターがあるのに、どうしてホロスコープを占星術師にきくのか？

③ 不定詞＋గానే：～するとすぐに

例）దొంగ బీరువా తలుపు తెరవగానే పెట్టెలో మంచి ముత్యాల గొలుసుదొరికింది.

泥棒がタンスの扉を開けたとたん、箱の中にきれいな真珠の首飾りが見つかった。

④ 不定詞＋పట్టి / బట్టి：～なので

例）అక్క తమ్ముణ్ణి తిట్టబట్టి వాడికి కోపం వచ్చింది.

姉が叱ったので、弟は頭に来ました。

అధ్యక్షుణ్ణి నేను కాబట్టి మీరు కాదు.

議長は私であって、あなたではない。

⑤ 不定詞＋ఏ＋否定：どうしても～しない

例）మా కూలీలు నా మాట వినవే వినరు.

うちの人夫たちは、私の言うことをどうしても聞かない。

⑥ 不定詞＋అనగా：～だという時に

例）సంక్రాంతికి వారంరోజులు ఉందనగా కొత్త ఎద్దు కొన్నాము.

サンクラーンティ祭の一週間前に、新しい牛を買った。

⑦ 不定詞＋రా：ほら、～だってば（強調）

例）అరటిచెట్టు చూడరా！　バナナの木を見て、ほら！

12－2　複合動詞１　— 不定詞＋変化のない助動詞 —

２つ以上の動詞を結合させて作る語を複合動詞といいます。はじめに来る動詞は不定詞で、主たる動作の意味を持ちます。うしろに来る動詞は助動詞と見なし、補助的に意味を補います。もっとも簡単な複合動詞は、助動詞の形が決まっていて、時制変化がありません。従って、基本的に現在の習慣や継続的な状態に使われます。

（１）義務・必要

・不定詞＋ఆలి, వాలి：～する必要がある、～しなければならない

例）పెళ్లికొడుకు చేత ముహూర్తానికి పెళ్లికూతురి మెడలో మంగళసూత్రం కట్టించాలి.

花婿は吉時に、花嫁の首にマンガラスートラを結ばなければならない。

73 頁の కావాలి も、動詞 అవు の不定詞 కా に వాలి が付いたものです。なお、この用法の否定表現（～する必要がない）は 128 頁の అక్కర, అవసరం＋లేదు です。

（２）許可・予想・可能

・肯定形＝不定詞＋అచ్చు, వచ్చు：

～してよい、～するだろう、～するかもしれない

例）ఈ తోటలో మల్లెపువ్వులు కొయ్యచ్చు.

この庭のジャスミンを摘んでよい。

・否定形＝否定形語幹＋అకపోవచ్చు：

〜しなくてよい、〜しないだろう、〜しないかもしれない

例）రాజకీయనాయకుల మాటలమీద నమ్మకం ఉండకపోవచ్చు.

政治家の言葉は信用しなくてよい。

（3）禁止

・不定詞＋వద్దు, అద్దు：〜するべきではない、〜しないでくれ

助動詞の వద్దు は、不定詞語尾 అ と結合して ఒద్దు と発音されることがあります。【連声 15】

例）మళ్లీ మళ్లీ నన్ను డబ్బు అడగవద్దు.（＝అడగొద్దు）

何度も繰り返し私にお金を無心しないでくれ。

・不定詞＋ కూడదు / గూడదు, రాదు：

〜してはいけない、〜するな

例）ఎడమ చేతితో అన్నం తినకూడదు.

左手でご飯を食べるな。

మీ పొలిమేర మీరే మార్చుకోరాదు.

あなたの敷地の境界を勝手に変えてはいけません。

（4）可能

・不定詞＋కల / గల＋人称語尾 2 (79 頁)： ～できる

例）జాలర్లు ఈదగలరు.

漁民は泳ぐことができる。（＝జాలర్లకి ఈత వచ్చు.）

（5）不可能

・不定詞＋లే＋人称語尾 2 (79 頁)： ～できない

不可能を表す లే は、存在の否定や過去否定形にある లే とは異なる独特な助動詞です。同様に「～できない」を表す動詞には、72 頁に出てきた రాదు もありますが、రాదు は語学やスポーツなど後天的に獲得できる能力に使われる点で、ニュアンスに違いがあります。

例）పద్మ పొద్దున్నే నిద్రలేవలేదు.

パドマは朝早く起きられない。

ఇలాంటి పేదరికాన్ని నేను తట్టుకోలేను.

このような貧乏に私は耐えられない。

花婿は花嫁の首に･･･

13　不定詞2

— 会いたいです。చూడాలని ఉంది. —

〈例文〉

1　a：నాకు మంత్రిగార్ని చూడాలని ఉంది, ఏం చేద్దాం ?
　　nāku maṃtrigārni cūḍālani uṃdi ēṃ cēddāṃ

　b：అయితే వాళ్ల ఇంటికి వెళ్లాలి.
　　ayitē wāḷla iṃṭiki weḷlāli

2　a：నేను మాంసమూ, చేపలూ, గుడ్లూ తినను.
　　nēnu māṃsamū cēpalū guḍlū tinanu

　b：అరే, ఈ సంగతి మీరు నాకు ముందుగానే చెప్పాల్సింది.
　　arē ī saṃgati mīru nāku muṃdugānē ceppālsiṃdi

3　a：మీరు మమ్మల్ని మీ నూతినీళ్లు తీసుకోనిస్తారా ?
　　mīru mammalni mī nūtinīḷlu tīsukōnistārā

　b：అలాగే, మీ గ్రామస్థులందరూ మా నూతినీళ్లు
　　alāgē mī grāmasthulaṃdarū mā nūtinīḷlu
　　తీసుకోవచ్చు.
　　tīsukōwaccu

4　a：ఇది మొదటి గీతమా రెండవ గీతమా ?
　　idi modaṭi gītamā reṃḍawa gītamā

　b：ఇప్పుడు అయిపోయింది ఆలాపనే. ఇప్పుడే మొదటి
　　ippuḍu ayipōyiṃdi ālāpanē ippuḍē modaṭi
　　కృతి వాయించబోతున్నారు.
　　kṛti wāyiṃcabōtunnāru

5　a：వరంగల్లో రామప్ప గుడి ఎప్పుడు ఎవరిచేత కట్టబడింది ?
waraṃgallō rāmappa guḍi eppuḍu ewaricētā kaṭṭabaḍiṃdi

b：అది AD1213లో కాకతీయరాజు గణపతిదేవ చక్రవర్తి చేత
adi AD1213 lō kākatīyarāju gaṇapatidēwa cakrawarti cēta

కట్టబడినది.
kaṭṭabaḍinadi

[訳]

1　a：大臣に会いたいのですが、どうしたらいいでしょう？

b：それでは、彼の家に行かなければなりません。

2　a：私は肉も魚も卵も食べません。

b：おやおや、前もって私に言ってくれれば良かったのに。

3　a：あなたの井戸から水を汲ませてもらえますか？

b：ええ、あなたの村人全員、うちの井戸の水を汲んでいいです。

4　a：今１曲目ですか２曲目ですか？

b：今終わったのは前奏です。これから１曲目を演奏し始めるところです。

5　a：ワランガルのラーマッパ寺院はいつ誰によって建てられたのですか？

b：1213年にカーカティーヤ朝の王ガナパティデーヴァによって建立されました。

13－1　複合動詞２　— ఆలి, వాలి —

義務・必要・願望を表す ఆలి, వాలి（130 頁）には、独自の用法があります。次にあげたものは時制・人称による活用があり、常に３人称単数非男性形をとります。

（１）義務・必要・願望

・肯定形：不定詞＋ఆలని, వాలని＋ఉండు(+)：～したい

・否定形：不定詞＋ఆలని, వాలని＋లేదు：～したくない

例）ఇప్పుడు నాకు మీతో కొంచెం మాట్లాడాలని ఉంది.

今ちょっとあなたにお話があるのですが。

（２）義務・必要

・不定詞＋ ఆల్సి, వాల్సి ＋ఉండు(+)：

～しなければならない、必要がある（状態・継続）

例）మా పంటతెగులకి మందు జల్లాల్సి ఉంటుంది.

わたしたちの作物につく害虫に、薬を撒かなくてはならないだろう。

・不定詞＋ ఆల్సి, వాల్సి ＋వచ్చు(+)：

～しなければならなくなる、～することが必要になる

例）పెళ్లి తర్వాత రావు దేవికోసం నెలకి కనీసం ఒకచీర కొనాల్సివచ్చింది.

結婚後ラーウはデーヴィのために、毎月最低一着はサリー

を買わなくてはならなくなった。

・不定詞＋ఆల్సింది, వాల్సింది：～すればよかったのに
（実現しなかった過去）

例）ప్రభుత్వం సునామీ ప్రమాదంగురించి జనానికి ముందుగా వివరించాల్సింది.
政府は津波の危険に関して人々に前もって説明するべきだった。

13－２　複合動詞３　― 不定詞＋一般動詞 ―

２語からなる複合動詞の、もっとも一般的な形です。助動詞に一般動詞を用います。次の例は代表的なものですが、これ以外にも多くのものがあります。

（１）可能

・不定詞＋కలుగు(+)/గలుగు(+)：
～できる、～する用意がある

例）కొత్త ఊర్లో మీ జీవితంగురించి నాతో చెప్పగలుగుతారా？
新しい土地でのあなたの生活について、私に話せますか？

（２）許可

・不定詞＋ఇచ్చు(+)：～させてやる

例）శర్మగారు ఇరుగుపొరుగువాళ్లని తన గ్రంథాలయంలో చదవనిస్తారు.

シャルマさんは近所の人たちに自分の蔵書を読ませてあげます。

（3）直前

・不定詞＋పోవు(+)：～しつつある、～しそう

例）కోతి చెట్టుమీదినుంచి కిందికి పడపోతూంది.

猿が木から下に落ちそうだ。

（4）継続

・不定詞＋సాగు(+)：～しつづける

例）నరేంద్ర బాగా సంపాదించసాగుతున్నాడు.

ナレーンドラは儲けつづけている。

（5）受け身

・不定詞＋పడు(+)/ బడు(+)：～される

例）చీకటిఅడవిలో ఏమీ కనబడదూ, వినబడదూ.

暗い森の中は何も見えず、何も聞こえない。

（6）強調

・不定詞＋కొట్టు(+), పెట్టు(+), వేయు(+)：～してしまう

例）మీ అబ్బాయి అద్దం పగలగొట్టాడు.
　　お宅の息子が鏡を割ってしまった。

（7）目的

・不定詞＋వచ్చు(+), వెళ్లు(+)：～しに行く、～しに来る

例）మడి కోయనొస్తావా, ఓ రంగమ్మా？
　　水田を耕しに来るかい、ラーガンマよ？（民謡）

13－3　複合動詞の応用１ ― ３語からなる複合動詞 ―

３つの動詞からなる複合動詞があります。最初の動詞は不定詞です。２番目の動詞は助動詞の不定詞です（వద్దుのような、形が決まっていて不定詞をもたない動詞は、ここに来ることはできません)。３番目はすべての助動詞です。

・不定詞＋助動詞の不定詞＋すべての助動詞

例）అత్తకి కోడల్ని ఆ తిరుపతి లడ్డు తిననివ్వాలని లేదు.
　　姑は嫁に、ティルパティ寺院特製のあのラッドゥ菓子を食べさせたくない。

14 連用分詞

— あなたに会ってから మిమ్మల్ని చూసి —

〈例文〉

1 a：మిమ్మల్ని చూసి చాలా రోజులైంది.
mimmalni cūsi cālā rōjulaiṃdi

b：అవును, మనం కలిసి సినిమాకి వెళ్లి భోంచేయటం
awunu manaṃ kalisi sinimāki weḷli bhōṃcēyaṭaṃ

ఎప్పుడు？
eppuḍu

2 a：రైతులు పాటలు పాడుతూ నారుమొక్కలు నాటుతున్నారు.
raitulu pāṭalu pāḍutū nārumokkalu nāṭutunnāru

b：ఆవులు గడ్డితింటూ వాళ్ల పాటలు వింటున్నాయి.
āwulu gaḍḍitiṃṭū wāḷla pāṭalu wiṃṭunnāyi

3 a：స్నానం చేయకుండా బైటికి వెళ్లొద్దు.
snānaṃ cēyakuṃḍā baiṭiki weḷloddu

b：టైములేక స్నానం మానేస్తే తప్పా？
ṭaimulēka snānaṃ mānēstē tappā

4 a：'కుక్క వస్తే రాయి దొరకదు, రాయి దొరికితే కుక్క రాదు'
kukka wastē rāyi dorakadu rāyi dorikitē kukka rādu

అంటే అర్థం ఏమిటి？
aṃṭē arthaṃ ēmiṭi

b：రెండు సంఘటనలూ ఒక్కసారిగా జరిగితే బాగుంటుందని
reṃḍu saṃghaṭanalū okkasārigā jarigitē bāguṃṭuṃdani

అర్థం.
arthaṃ

5　a：ఎంత సేపు ఉండినా ఇంకా ఒక్క ఆటో కూడా రాలేదు.
emta sēpu umḍinā imkā okka āṭō kūḍā rālēdu

b：ఆటో రాకపోయినా సరే, కనీసం ఒక బస్సు రావచ్చు, కదా！
āṭō rākapōyinā sarē kanīsaṃ oka bassu rāwaccu kadā

[訳]

1　a：前にお会いしてから随分経ちました（お久しぶりです）。

b：そうですね、一緒に映画に行って食事をしたのはいつでしたか？

2　a：農民は歌を歌いながら、田植えをしています。

b：牝牛たちは草を食みながら、彼らの歌を聴いています。

3　a：沐浴をせずに、外に出かけてはいけません。

b：時間がないので、沐浴をやめてはいけませんか？

4　a：「犬が来れば石はなし、石があれば犬は来ず」とはどういう意味ですか？

b：ふたつのことが同時に起これば良い、という意味です。

5　a：いくら待っても１台もオート・リキシャーが来ません。

b：オートは来なくても、少なくともバスが１台来てもいいのに！

14－1　連用分詞

連用分詞は、以下のような5種類の副詞節を作ります。

(1) 種類

①	連続	～して：	過去形語幹（103 頁）＋ఇ
②	同時	～しながら：	現在未来形語幹（110 頁）＋తూ, టూ*
③	否定	～せずに：	否定形語幹（97 頁）＋అకుండా
		～しないので（理由）：	否定形語幹＋అక
④	条件	もし～すれば：	現在未来形語幹＋ఇతే, ఇటే*
		（もし～しなければ：	否定形語幹＋అకపోతే）
⑤	譲歩	たとえ～しても：	過去形語幹＋ఇనా
		（たとえ～しなくても：	否定形語幹＋అకపోయినా）

例）చదివి 読んで

చదువుతూ 読みながら

చదవకుండా 読まずに

చదవక 読まないので

చదివితే 読めば（చదవకపోతే 読まないなら）

చదివినా 読んでも（చదవకపోయినా 読まなくても）

*②の接辞 టూ と④の接辞 ఇటే は、動詞 ఉండు と語尾が ను の動詞の時に使われます。

（2）用法

① 連続：「〜して、〜して」という動作の連続を表します。

例）సీత కూరగాయలు కోసి, తాలింపు వేసి, అన్నీ తినేసింది.

シータは野菜を切り、テンパリングし、全部平らげた。

② 同時：「〜しながら」という同時の動作を表します。

例）హరికథలో భాగవతారు కథ చెబుతూ పాటలు పాడుతూ నాట్యం చేస్తాడు.

ハリカタでは、バーガヴァタムの語り部が物語り、歌いながら踊る。

③ 否定： 上の①と②の否定です。అకుండా は「〜せずに」、అక は「〜ないので」という理由を表します。

例）డబ్బుల్లేక ఆ పేదవాడు పాలు లేకుండా టీ పెట్టాడు.

お金がないので、その貧乏男は牛乳を入れずに紅茶を入れた。

④ 条件：「もし〜すれば」という仮定を表します。否定形の అకపోతే は、③の అక と一般動詞 పోవు の組み合わせで、慣用的に一語のように使われます。（過去の回想や、現在未来の非現実的な仮想を表す場合は、主文に次課（152 頁）でとりあげる文型を使います。）

例）నా జుట్టు ఇంకా పొడుగైతే మంచి జడ వేస్తాను.

私の髪がもっと長くなれば、きれいな三つ編みにします。

కొత్త కాలువ కట్టకపోతే, వర్షకాలంలో వరద వస్తుంది.

新しい灌漑施設を作らなければ雨期に洪水になるだろう。

⑤ 譲歩：「たとえ～しても」という譲歩を表します。否定形の అకపోయినా は、③の అక と一般動詞 పోవు の組み合わせで、慣用的に一語のように使われます。

例）ప్రతి రోజు వాకిట్లో ఎంత మంచి ముగ్గు వేసినా అది ఒక్క గంటలో చెరిగిపోతుంది.

毎日玄関口にどんなにきれいなコーラムを描いても、たった1時間のうちに無くなってしまう。

బల్లులని తోలకపోయినా అవి మనల్ని ఏమీ చెయ్యవు.

ヤモリは追い出さなくても、私たちに何もしません。

(3) అయితే, అయినా, అంటే, అన్నా

動詞 అవు（なる）の条件連用分詞 అయితే（なれば）と譲歩連用分詞 అయినా（なっても）、అను（言う）の条件連用分詞 అంటే（言えば）は、名詞文の後ろに付いて、「もし～なら」(అయితే, అంటే)、「たとえ～でも」(అయినా) という意味になります。また文頭に来ると、「それなら」「つまり」「それでも」などという意味の接続詞になります。

例）నీకు ఆ వ్యాపారం కష్టమైతే మానేసెయి. నేనైతే చేస్తాను.

その商売が大変ならやめてしまえ。私ならやれる。

అయితే నువ్వు చెయ్యి !

じゃあ、お前がやれ。

మీకోసం ఎన్నాళ్లైనా ఎదురుచూస్తాను.　ఐనా తొందరగా తిరిగిరండి.

あなたのためにいつまでも待ちます。でも、早く帰ってきて下さい。

సాంబార్ అంటే తెలుగులో పులుసు.　అంటే సాంబార్ తెలుగు కాదు.

サンバルはテルグ語でプルス。つまり、サンバルはテルグ語ではない。

అను の条件連用分詞 అంటే（言えば）と譲歩連用分詞 అన్నా（言っても）は、一般的な「～なら」「～でも」という意味で、例えば次の語のように、日常的に使われます。

例）కావాలంటే / కావలిస్తే,　అవసరమంటే　必要・欲しいなら

కావాలన్నా, అవసరమన్నా　必要・欲しくても

వద్దంటే 不要なら　　　వద్దన్నా 不要でも

లేదంటే ないなら　　　లేదన్నా なくても

కాదంటే 違うなら　　　కాదన్నా 違っても

ఇష్టమంటే 好きなら　　　ఇష్టమన్నా 好きでも

ఎందుకంటే なぜなら

用例）కావాలంటే నాతో చెప్పు.

必要（欲しい）なら、私に言いなさい。

అంటే は、通常の平叙文の後ろに来て、「～ということは」「～だなんて」という名詞節を受ける接続詞としても働きます。(173 頁)
参考までに、次の例は అంటే「言えば」と అన్నా「言っても」という文字通りの意味が生きている文です。

例) చిల్లర లేదంటే మా చెల్లి గొడవ చేస్తుంది.
小銭がないと言って、うちの妹は大騒ぎだ。
నేను భోంచేశానన్నా వాళ్లు బలవంతం చేశారు.
私は食事はすんだと言ったのに、彼らは強要した。

14－2　連用分詞を使った慣用表現例

(1) 動詞以外の語との組み合わせの例

①（連続）連用分詞＋ఆక：～した後

例) చాకలివాళ్లు బట్టలు ఉతికాక ఇస్త్రీచేసి ఇస్తారు.
洗濯人は、服を洗った後でアイロンをかけて渡してくれる。

②（否定）連用分詞＋ముందు：～する前に

例) తనక జపాన్ కి తిరిగివెళ్లకముందు ఇండియా మొత్తం చూసింది.
田中さんは日本に帰る前に、インドを全部見た。

③（否定）連用分詞＋తప్పదు：必ず～しなければならない

例) ముసల్మానైతే జీవితంలో ఒకసారైనా హాజ్ కి వెళ్లకతప్పదు.
ムスリムなら、一生に一度はメッカ巡礼に行かなくてはならない。

④（否定）連用分詞の反復：　やっと〜する

例）రాక రాక మా పల్లెటూరికి కరెంటు వచ్చింది.

やっとのことで、私たちの農村に電気が来た。

⑤（条件）連用分詞＋（నే）＋గాని：　〜しなければ（నే は強調）

例）ఉగాది నాడు కొత్త బట్టలు కొని ఇస్తేనేగాని మా పనిమనుషులు ఒప్పుకోరు.

旧正月に新しい服を買ってあげなければ、うちの使用人たちは黙っていない。

（2）動詞との組み合わせの例　— 強調表現 —

①（連続・同時）連用分詞＋ఉండు(+)：　〜してしまう、〜になってしまう（連続）、ずっと〜し続けている（同時）

例）వర్షం రాక చెరువు ఎండిపోయి ఉంది.

雨が来ないので、溜め池が枯れてしまっている。

నేను చెబుతూ(నే) ఉన్నానుగాని నువ్వు వినవు.

私が言い続けているのに、おまえは聞かない。

②（連続）連用分詞＋పెట్టు(+), పోవు(+), వేయు(+)：

〜してしまう、〜しておく

例）కూరలు అన్నీ తినేసెయ్యి, తర్వాత గిన్నెలు అన్నీ కడిగిపెట్టు.

おかずを全部食べてしまいなさい。そして、食器を全部洗っておきなさい。

③（連続）連用分詞＋తీరు(+)：必ず～する

例）చీకటి పడితే బైటికి వెళ్లకుండా ఇంట్లో ఉండితీరాలి.

日が暮れたら、外へ出ずに必ず家の中にいなさい。

14－3　複合動詞の応用２　— 助動詞の連用分詞化 —

連用分詞を使った複合動詞があります。２語か３語の動詞を組み合わせますが、つなげ方は次のとおりです。

・２語：不定詞＋助動詞の連用分詞

・３語：不定詞＋助動詞の不定詞＋活用のある助動詞の連用分詞

例）ఈ మొక్కలకు రోజూ నీళ్లు పోసి పెంచసాగితే మంచి పువ్వులు వస్తాయి.

この苗に毎日水をやって育て続ければ綺麗な花が咲きます。

నువ్వు ఈ కోడిపిల్లని చక్కగా పెంచసాగగలిగితే బాగుంటుంది.

お前がこのヒヨコをちゃんと育て続けることができれば良いだろう。

不可能の助動詞 లే（132 頁）を連用分詞にする複合動詞は使用頻度が高く、慣用的には一語のように使われます。

例）మూర్తి పంచె సరిగా కట్టుకోలేక, అన్నని సాయం అడిగాడు.

ムルティはパンチェをきちんと着られないので、兄に助けを求めた。

ఈరోజు పని అసలు పూర్తిచేయలేకుండా పోతున్నాను.

今日は全然仕事が完成できずに終わりそうだ。

ఈ సారి అప్పు తీర్చలేకపోతే ఊరినుంచి పారిపోవటం తప్పదు.

今回借金を返すことができなければ、村から夜逃げはまぬがれない。

పాటలు పాడలేకపోయినా డాన్సింగు వస్తేనే సినిమా హీరో కావచ్చు.

歌が歌えなくてもダンスができれば映画スターになれる。

15 連体分詞
— 満腹の者には　కడుపు నిండిన వానికి —

〈例文〉

1　a : కడుపు నిండినవానికి గారెలు చేదు.
　　　　kaḍupu niṃḍinawāniki gārelu cēdu

　　b : వచ్చేకాలంకన్న వచ్చినకాలము మేలు.
　　　　waccēkālaṃkanna waccinakālamu mēlu

2　a : అడిగేవానికి చెప్పేవాడు లోకువ.
　　　　aḍigēwāniki ceppēwāḍu lōkuwa

　　b : నవ్వే ఆడదాన్నీ ఏడ్చే మొగవాణ్ణీ నమ్మరాదు.
　　　　nawwē āḍadānnī ēḍcē mogawāṇṇī nammarādu

3　a : అన్నీ తెలిసినవాడూ లేడు, ఏమీ తెలియనివాడూ లేడు.
　　　　annī telisinawāḍū lēḍu,　ēmī teliyaniwāḍū lēḍu

　　b : కట్టినవాడికి ఒక ఇల్లు, ఐతే కట్టనివాడికి వెయ్యి ఇళ్లు.
　　　　kaṭṭinawāḍiki oka illu　aitē kaṭṭaniwāḍiki weyyi iḷḷu

4　a : దిక్కులేనివారికి దేవుడే దిక్కు.
　　　　dikkulēniwāriki dēwuḍē dikku

　　b : పని లేని మంగలి పిల్లితల గొరిగినాడట.
　　　　pani lēni maṃgali pillitala gorigināḍaṭa

5　a : ఇంతకుముందు పెళ్లి అంటే ఐదురోజులు జరిపేవాళ్లం.
　　　　imtakumumdu peḷḷi aṃṭē aidurōjulu jaripēwāḷḷaṃ

　　b : మీరు కూడా మాతో అమరావతి వస్తే బాగుండేది.
　　　　mīru kūḍā mātō amarāwati wastē bāguṃdēdi

[訳]

1 a：満腹の者にはガーレも苦い。

b：未来より過去は甘し。

2 a：尋ねる者より答える者は格下。

b：笑い上戸の女と泣き虫の男は、信用すべからず。

3 a：全知なる者も完全無知なる者もなし。

b：家を建てた者には一軒の家、建てない者には 1000 軒の家。

4 a：救いのない者を神のみぞ救う。

b：暇な床屋、猫の頭を散髪したとさ。

5 a：昔は結婚式と言えば、5日間行ったものでした。

b：あなたも私たちとアマラーヴァティに来れば良かったのに。

15－1　連体分詞

連体分詞は直後の名詞を修飾して、4種類の形容詞節を作ります。

(1) 種類

① 過去　　　～した～：　過去形語幹(103 頁) + ఇన

② 現在未来　～する～：　過去形語幹 + ఏ

③ 進行　～している～：　現在未来形語幹 (110頁) + తున్న, టున్న*

④ 否定　～しない～：　否定形語幹(97 頁) + అని

例) కప్ప మింగిన పాము カエルを飲み込んだヘビ

కప్ప మింగే పాము カエルを飲み込むヘビ

కప్ప మింగుతున్న పాము カエルを飲み込んでいるヘビ

కప్ప మింగని పాము カエルを飲み込まないヘビ

*③の接辞 టున్న は、動詞 ఉండు と語尾が ను の動詞の際に使われます。

（2）用法

① 過去：「～した～」という意味を表します。ここで用いる過去形語幹には、次のようないくつかの動詞に特有の形があります。

短母音＋ను → న్న	పడు → పడిన / పడ్డ
తగు 適する → తగిన / తగ్గ	కలుగు → గల

例）డబ్బు గల వారు＝డబ్బు ఉన్న వారు お金持ちの人

చదువు ఉన్న వారు 教育のある人

② 現在未来：「～する～」という意味を表します。また、本来の用法とは別に、「昔～したものだった」という過去の回想や、条件連用分詞（143 頁）の主文で「～だろう」という仮想の文を作る際にも使われます。

・肯定形＝現在未来連体分詞＋人称接辞（54 頁）（人間）

＝現在未来連体分詞＋名詞化接辞（44 頁）（非人間）

・否定形＝肯定形＋కాదు…（55 頁）

例）మా చిన్నప్పుడు రోజూ ఈ నది ఒడ్డున ఆడేవాణ్ణి.

子供の頃、私は毎日この河原で遊んだものだった。

సంతలో ఏ వస్తువులైనా చౌకగా ఉండేవి.

市場では、どんな品物でも、安いものだった。

నాగేశ్ ఎప్పుడూ తాగేవారు కాదు.

ナーゲーシュはいつもお酒を飲んだりしないものだった。

類似の仮想表現に、次のような「～できないかもしれない」「～してしまうかもしれない」などという、否定的な意味を表す表現があります。語尾の వు は２人称単数、రు は２人称と３人称の複数、ను は３人称単数と人間以外のすべてに使います。

・過去形語幹＋ఏ＋語尾 వు, రు, ను

例）జాగ్రతగా చూడు, వేలు కోసేవు.

気を付けて見なさい、指を切るぞ。

③ 進行：「～している～」という意味を表します。

例）నువ్వు ఇప్పుడు రాస్తున్న బొమ్మ ఏమిటి？

お前が今書いている絵は何だ？

④ 否定：「～しない～」という意味で、①②③の否定形です。次のようないくつかの動詞に特有の形があります。

లే → లేని　　అవు → కాని　　＋కొను → ＋కోని

తెచ్చు → తేని　　పోవు → పోని　　వచ్చు → రాని

例）చదువు లేని వారు 教育のない人

వచ్చి రాని తెలుగు たどたどしいテルグ語

15−2　連体分詞を使った慣用表現例

（1）副詞節

連体分詞は、動詞以外の語と組み合わせて副詞節として用いられます。現在未来の連体分詞の後ろに అప్పుడు など母音で始まる語が来ると、間に ట్ が入ります。

①（すべての）連体分詞＋（ట్）అప్పుడు：～の時に

例）మీరు వచ్చేటప్పుడు (వచ్చినప్పుడు, వస్తున్నప్పుడు, రానప్పుడు) నన్ను పిలవండి.

あなたが来る（来た・来ている・来ない）時に、私を呼んで下さい。

②（すべての）連体分詞＋（ట్）అప్పుడల్లా：～の時はいつも

例）మీరు భారతదేశానికి వచ్చినప్పుడల్లా మా ఇంటికి రావాలి.

インドに来た時は、いつも必ずわが家に来て下さい。

③（すべての）連体分詞＋（ట్）అప్పటికీ：～のに

例）తొందరగా పంట కోసినప్పటికీ పూర్తిఅవలేదు.

急いで収穫したのに、完了しなかった。

④（過去・現未）連体分詞＋（ట్）అప్పటికి, సరికి：～の時までに

例）అమ్మ వంటింటికి తిరిగివచ్చేటప్పటికి అన్నం మాడిపోయింది.

母が台所に戻るまでに、ご飯が焦げてしまった。

కచేరీ అయిపోయేసరికి రాత్రి పది గంటలు అవుతుందేమో.

演奏会が終わるまでには、夜 10 時になるかもしれない。

⑤（すべての）連体分詞＋(ట్)అందుకు, (ట్)అందువల్ల：

～なので

例）బాగా చదవనందుకు మేష్టరుగారు కోపపడ్డారు.

よく勉強しなかったので、先生は怒った。

గుర్రబండిలో వెళ్లేటందుకు నాకు అభ్యంతరం లేదు.

馬車で行くので、私は大丈夫だ。

⑥（過去・現未）連体分詞＋(ట్)అంతవరకు,(ట్)అంతమట్టుకు：

～する・した限り

例）నాకు తెలిసినంతవరకు వైద్యంగురించి మీకు నేర్పిస్తాను.

私が身に付けた限りの医学知識を、あなたに教えよう。

నువ్వు చేసేటంతవరకు సుబ్రంగా చెయ్యి.

お前ができる限り、きれいにそうじをしなさい。

⑦（現未）連体分詞＋ముందు：～する前に

例）జపాన్ లో కూడా కొంతమంది కొత్త ఇళ్లు కట్టించే ముందు వాటి వాస్తు చూస్తారు.

日本でも新しい家を建てる前に家相を調べる人々がいる。

⑧（現未）連体分詞＋లోపల：～するまでの間に

例）కన్నుమూసేలోపల అమ్మమ్మకి తన మనమడి పెళ్లి చూడాలని ఉంది.

祖母は、死ぬまでに孫の結婚式を見たいと願っている。

⑨ (現未) 連体分詞 + దాకా, వరకు： ～するまでに

例) ఎక్కడో దాచిపెట్టుకొన్న డబ్బు కనిపించేదాకా ఇల్లంతా వెతుకుకోవాలి.

どこかに隠したお金を見つけるまで、家中を探さなくてはならない。

⑩ (過去) 連体分詞 + తర్వాత： ～した後に

例) పాప పుట్టినతర్వాత దేవి చాలా లావుగా అయిపోయింది.

デーヴィは子供を産んだ後、とても太った。

⑪ (過去) 連体分詞 + వెంటనే： ～したとたんに、～するとすぐに

例) వర్షం వచ్చినవెంటనే ఎండ తగ్గిపోతుంది.

雨が来ると、とたんに暑さがおさまる。

⑫ (過去・現未) 連体分詞 + కొద్దీ： ～するにつれて、～するほど

例) బాబు పెరిగినకొద్దీ రావు జీతం కూడా పెరిగింది.

バーブが大きくなるにつれ、ラーウの給料も増えていった。

రావు జీతం పెరిగేకొద్దీ దేవి ఖర్చు కూడా పెరుగుతుంది.

ラーウの給料が増えるにつれて、デーヴィの買い物も増えるだろう。

（2）名詞節

連体分詞のうしろに ది, వి, దీ, (ట్)అట్టు をつけると名詞節になります。この時、過去連体分詞接辞の ఇన が ఇం になることがあります。

①（過去・現未・進行・否定）連体分詞＋ది, వి：

名詞節全体を受けて「～すること」を意味します。

例）వాళ్లు దెబ్బలాడింది (=దెబ్బలాడటం) నా వల్ల కాదు.

彼らが喧嘩したのは私のせいではない。

మీకోసమే కదా అక్క ఎప్పుడూ కొత్త బట్టలూ బొమ్మలూ తెచ్చేది (=తేవటం)?

姉がいつも新しい服や人形を持ってくるのは、あなたたちのためでしょう？

చేసేవి శివపూజలు, చెప్పేవి అబద్ధాలు.

行動はシヴァ神への供儀、言葉は嘘。

②（否定）連体分詞＋దే：

否定文の主文を伴い、「もし～しなければ（～しない）」という仮定を表します。

例）అడగనిదే అమ్మ కూడా పెట్టదు.

求めなければ、母すら食事を出してくれない。

③（すべての）連体分詞＋దీ：

「～か」という疑問文を受けます。

例）వినాయకుడు నిజంగా పాలు తాగిందీ తాగనిదీ ఎవరికీ తెలియదు.

ガネーシャが本当にミルクを飲んだか飲まなかったか、誰にも分かりません。

మేష్టరుగారు ఏం అనేదీ మీకు అర్థమైందా？

先生が何を言っているか、あなたには分かりましたか？

④（すべての）連体分詞＋(ట్)అట్టు,　(ట్)అట్లు (＋గా)：

「〜するとおりに」、「〜のように」、「〜だと（いうこと）」などの意味で使われます。

例）నేను చెప్పినట్లు చెయ్యి.

私が言った通りにやりなさい。

పాపకి నిద్రవస్తున్నట్లుగా అనిపిస్తుంది.

赤ちゃんが眠くなっているように思える。

అందరినీ అడిగినట్టు చెప్పండి.

皆さんによろしくお伝え下さい。

హరీశ్ డబ్బు ఉన్నవాడు అయేటట్లుంది.

ハリーシュは金持ちになりそうだ。

లోపల ఎవరూ ఉన్నట్లు లేదు. (＝లేనట్లుఉంది/ ఉండనట్లు ఉంది) 中には誰もいないようだ。

⑤（現未）連体分詞＋ది：

主語が１人称で、全体としては疑問文ですが、詰問など感情表現で用いられます。

例）నేను ఏం అనేది？　私に何が言えるというのか？

　　నేను చెప్పేదా？　私が言わなくてはならないのかい？

15－3　複合動詞の応用３　— 助動詞の連体分詞化 —

連体分詞を使った複合動詞があります。２語か３語の動詞を組み合わせます。

・２語：不定詞＋助動詞の連体分詞

・３語：不定詞＋助動詞の不定詞＋すべての助動詞の連体分詞

例）ఎవరైనా వీణ వాయించగలమనిషి ఉంటే చెప్పు.

　　誰かヴィーナが弾ける人がいたら言いなさい。

　　చిన్న పిల్లలకి చూడ ఇవ్వాల్సిన ప్రోగ్రాం ఏది？

　　小さな子供たちに見せてやるべきテレビ番組はどれか？

ఆలి, వాలి（130頁）には、ఆలసిన（ఆల్సిన, అలసిన）, వాలసిన（వాల్సిన, వలసిన）などという、独自の過去連体分詞があります。

例）ఇప్పుడు చెప్పాల్సిన కబుర్లు చాలా ఉన్నాయి.

　　今言わなければならない話がたくさんある。

　　తెలపవలసిన వార్తలు బయిట గోడమీద రాసి పెట్టు.

　　知らせなければならないニュースを、外の壁に書いて貼り出しなさい。

15－4　複合動詞のまとめ

これまでみてきた複合動詞のパターンをまとめました。

① 不定詞＋すべての助動詞

例）అత్త కోడల్ని తిరుపతిలడ్డు తిననిచ్చింది.

姑は嫁に、ティルパティ・ラッドゥを食べさせてあげた。

② 不定詞＋助動詞の不定詞＋すべての助動詞

例）అత్త కోడల్ని తిరుపతిలడ్డు తిననివ్వాలి.

姑は嫁に、ティルパティ・ラッドゥを食べさせてあげなくてはならない。

③ 不定詞＋助動詞の連用・連体分詞

例）అత్త కోడల్ని తిరుపతిలడ్డు తిననిస్తూ, తను కూడా తింటూంది.

姑は嫁にティルパティ・ラッドゥを食べさせてあげながら、自分も食べている。

కోడల్ని తిరుపతిలడ్డు తిననిచ్చిన అత్త తను కూడా తింది.

嫁にティルパティ・ラッドゥを食べさせてあげた姑は、自分でも食べた。

④ 不定詞＋助動詞の不定詞＋助動詞の連用・連体分詞

例）అత్త కోడల్ని తిరుపతిలడ్డు తిననివ్వాలసివచ్చి,
లడ్డు కొనటానికి వాళ్లు ఇద్దరూ తిరుపతికి వెళ్లారు.

姑は嫁にティルパティ・ラッドゥを食べさせてあげなくてはならなくなり、ラッドゥを買いに、二人でティルパティに行った。

కోడల్ని తిరుపతిలడ్లు తినవివ్వాలసివచ్చిన అత్త లడ్లు
కొనటానికి కోడలితో తిరుపతికి వెళ్లింది.

嫁にティルパティ・ラッドゥを食べさせてあげなくてはならなくなった姑は、ラッドゥを買いに、嫁とティルパティに行った。

16　動詞のまとめ
— 作らせました。చేయించాను. —

〈例文〉

1：మీకు చూపించిన బంగారు ఉంగరం కొత్త కంసాలి చేత
mīku cūpiṃcina baṃgāru uṃgaraṃ kotta kaṃsāli cēta
చేయించాను.
cēyiṃcānu

2：రావు బాబుకి చెప్పి తనకకి ఆవకాయి పంపించాడు.
rāwu bābuki ceppi tanakaki āwakāyi paṃpiṃcāḍu

3：మీ డబ్బు మీ దగ్గర ఉంచుకోండి.
mī ḍabbu mī daggara uṃcukōṃḍi

4：మీరు దిగేటప్పుడు మరిచిపోకుండా మీ సామానులు
mīru digēṭappuḍu maricipōkuṃḍā mī sāmānulu
దింపండి.
diṃpaṃḍi

5：నల్లులని చంపే మందువల్ల చాలా నల్లులు చచ్చాయి.
nallulani caṃpē maṃduwalla cālā nallulu caccāyi

6：పాఠం బాగా చదువుకొని కాగితం మీద జవాబు రాసుకో.
pāṭhaṃ bāgā caduwukoni kāgitaṃ mīda jawābu rāsukō

7：తల్లి పాపని పడుకోపెట్టి తను పడుకొంటుంది.
talli pāpani paḍukōpeṭṭi tanu paḍukoṃṭuṃdi

8：పూర్వం నేర్చుకొన్న పాట చాలా సంవత్సరాల తర్వాత
pūrwaṃ nērcukonna pāṭa cālā saṃwatsarāla tarwāta

కూడా గుర్తుకువస్తుంది.
kūḍā gurtukuwastuṃdi

9：పత్తి పింజకి ముళ్లు ఉంటాయి కాబట్టి జాగ్రతగా
patti piṃjaki muḷlu umṭāyi kābaṭṭi jāgratagā

చూసుకోవాలి.
cūsukōwāli

10：సరిగా తెలియకుండా మాట్లాడకు, నోరు మూసుకొని
sarigā teliyakuṃḍā māṭlāḍaku nōru mūsukoni

ఊరుకో.
ūrukō

[訳]

1：あなたに見せた金の指輪は、新しい金細工師に作らせました。

2：ラオはバーブに言って、田中さんにマンゴー・ピクルスを送らせました。

3：あなたのお金は、あなたが持っていて下さい。

4：あなたが降りる時に、忘れずに自分の荷物を下ろして下さい。

5：南京虫を殺す薬で、たくさんの南京虫が死にました。

6：問題を良く読み、答えを紙に書きなさい。

7：母は赤ん坊を寝かしつけてから、自分が寝ます。

8：昔習った歌を、何年も後になっても思い出します。

9：綿花には棘があるので、気を付けなければなりません。

10：よく知りもしないのに喋るな、口を閉じて黙っていろ。

16－1　動詞の種類

動詞には自動詞・他動詞・使役動詞・再帰動詞があります。だいたいの語感の目安としては、使役動詞語尾の ఇంచు、再帰動詞語尾の కొను があります。下によく使われるいくつかの例をあげました。

<table>
<tr><th>自動詞・他動詞</th><th>使役動詞</th><th>再帰動詞</th></tr>
<tr><td rowspan="2">అను 言う：</td><td rowspan="2">అనిపించు
思える</td><td>అనుకొను
自分で思う</td></tr>
<tr><td>అనిపించుకొను
思われる・思える</td></tr>
<tr><td rowspan="2">కట్టు 建てる：</td><td rowspan="2">కట్టించు
建てさせる</td><td>కట్టుకొను
自分で建てる</td></tr>
<tr><td>కట్టించుకొను
自分が建ててもらう</td></tr>
<tr><td>చదువు 読む：</td><td>చదివించు
読ませる</td><td>చదువుకొను
自習する</td></tr>
<tr><td>చూచు 見る：</td><td>చూపించు
見せる</td><td>చూసుకొను
自分で見る</td></tr>
<tr><td>చేయు する：</td><td>చేయించు
やらせる</td><td>చేసుకొను
自分でする</td></tr>
<tr><td>రాయు 書く：</td><td>రాయించు
書かせる</td><td>రాసుకొను
自分で書く</td></tr>
<tr><td>విను 聞く：</td><td>వినిపించు
聞かせる</td><td>వినిపించుకొను
聞こえる</td></tr>
</table>

16－2　名詞と動詞の関係

名詞に特定の接辞を付けると動詞になるものがあります。また、特定の名詞に特定の動詞を付けて、全体として一語の動詞のように使われるものがあります。

（1）名詞＋ఇంచు, చేయు, పోవు, పడు, కొట్టు, వేయు, etc.

例）ఆరంభం 開始 → ఆరంభించు 始める
ఆశ్చర్యం 驚き → ఆశ్చర్యపోవు 驚く
చలి 寒さ → చలివేయు 寒がる
నిద్ర 睡眠 → నిద్రపోవు 眠る
ప్రేమ 愛 → ప్రేమించు 愛す
భయం 恐れ → భయపడు 怖がる
ఈత 水泳 → ఈతకొట్టు 泳ぐ（＝ఈదు）
వంట 料理 → వంటచేయు 料理する（＝వండు）

（2）名詞と動詞のパラダイム例

గుర్తు　記憶，గుర్తింపు　通知（名詞）
గుర్తుండు，గుర్తుకువచ్చు　思い出す（自動詞）
గుర్తించు，గుర్తుపట్టు　気づく・認める（他動詞）
గుర్తుచేయు，గుర్తుకుతెచ్చు　思い出させる（使役動詞）
గుర్తుంచుకొను，గుర్తుపెట్టుకొను　記憶に留める（再帰動詞）

16－3　動詞活用の種類

動詞活用の種類は全部で次の19通りです。PSは人称語尾(79頁)、{ }内は3人称単数非男性の活用です。右端イタリックの活用例はవండు（料理する）の1人称単数です。

①勧誘形：　勧誘形語幹＋దాం　*వండుదాం*
②命令形：　命令形語幹＋ఉ（＋అండి）　*వండు (వండండి)*
③否定命令形：　否定形語幹＋అకు（＋అండి）
వండకు (వండకండి)
④過去形：　過去形語幹＋ఆ (æ) {ఇం / ఇన}＋PS1
వండాను {వండింది / వండినది}
⑤過去否定形：　否定形語幹＋అ＋లేదు　*వండలేదు*
⑥現在未来形：　現在未来形語幹＋తా, టా {తుం, టుం}＋PS1
వండుతాను {వండుతుంది}
⑦現在未来否定形：否定形語幹＋అ＋PS2　*వండను*
⑧進行形：　現在未来形語幹＋త్, ట్{తు, టు}＋ఉండు(+)
వండుతున్నాను {వండుతూంది / వండుతున్నది}
⑨動名詞：　否定形語幹＋అటం / అడం　*వండటం*
⑩不定詞：　否定形語幹＋అన్ / అ　*వండన్ / వండ*
⑪連続連用分詞：　過去形語幹＋ఇ　*వండి*
⑫同時連用分詞：　現在未来形語幹＋తూ, టూ　*వండుతూ*
⑬否定連用分詞：　否定形語幹＋అక　*వండక*
否定形語幹＋అకుండా　*వండకుండా*
⑭条件連用分詞：　現在未来形語幹＋ఇతే, ఇటే　*వండితే*
⑮譲歩連用分詞：　過去形語幹＋ఇనా　*వండినా*

⑯過去連体分詞：　過去形語幹＋ఇన　వండిన
⑰現在未来連体分詞：過去形語幹＋ఏ　వండే
⑱進行連体分詞：　現在未来形語幹＋తున్న, టున్న　వండుతున్న
⑲否定連体分詞：　否定形語幹＋అని　వండని

16－4　動詞の活用分類

動詞活用における各語幹は語尾によって分類できます。したがって、原形語尾によってすべての動詞を分類すると、次のとおりに整理できます。規則変化動詞は 12 種類、不規則変化動詞は 16 種類、全部で 28 種類です。

（1）規則変化動詞

I：　II 以下以外全ての動詞　*動詞例*
（1）（語幹が無変化）：　ఆగు, నచ్చు, వండు
（2）（下から２番目の音節の母音が変化）：　చదువు, దొరుకు

II：　語尾が చు の動詞　（ただし、చ్చు はI（1））
（3）語尾＝長母音＋చు：　కాచు, చాచు, దాచు
（4）語尾＝అ／ఉ　＋చు：　పరచు／పరుచు, పిలుచు
（5）語尾＝ంచు：　ఉంచు, చూపించు, చేయించు
（6）語尾＝子音+చు（語幹が無変化）：　ఏడ్చు, మార్చు
（7）語尾＝子音+చు（下から２番目の音節の母音が変化）：
కుదుర్చు, విదుల్చు

III：　語尾が యు の動詞
（8）語尾＝長母音+యు：　చేయు, తీయు, రాయు

（9）語尾＝అ／ఇ＋యు：　　カలయు／కలియు, మెరయు

IV：

（10）語尾が ను の動詞：　　అను, కొను, విను

V：　語尾が ట్టు / ప్పు の動詞：

（11）語尾＝ట్టు：　　కుట్టు, పుట్టు, పెట్టు

（12）語尾＝ప్పు：　　కప్పు, చెప్పు, తప్పు

（2）不規則変化動詞

（13）అవు なる

（14）ఇచ్చు 渡す

（15）ఉండు いる・ある

（16）కూర్చును, కూర్చొను 座る

（17）+కొను 自分で～する

（18）చచ్చు 死ぬ

（19）చూచు 見る

（20）తన్ను 蹴る

（21）తెచ్చు 運ぶ

（22）నిలుచును, నుంచును 立つ

（23）పడు 落ちる、～に陥る

（24）పోవు 行く、～してしまう

（25）లే ない

（26）లేచు 起きる

（27）వచ్చు 来る

（28）వెళ్లు 行く

上の不規則変化動詞は、それらを語尾に持つ複合的な動詞も含んでいます。例えば、（15）ఉండు には బాగుండు が、（27）వచ్చు には వెళ్లొచ్చు が含まれます。

16－5　動詞の活用例一覧

上の分類に従って、動詞の活用例を一覧に示しました。付録4を参照して下さい。

神のみぞ救う。

17　接続詞と複文

— 喜んだそうです。సంతోషపడ్డారన్నారు. —

〈例文〉

1：మర్యాదలు జరిగాయని తాతగారు సంతోషపడ్డారన్నారు.
maryādalu jarigāyani tātagāru saṃtōṣapaḍḍārannāru

2：ఇన్ని దీపాలకి అంతంత నూనె కొనిపెడితే
inni dīpālaki aṃtaṃta nūne konipeḍitē
సరిపోటుందంటారు.
saripōṭuṃdaṃṭāru

3：మొహమ్మద్ వచ్చాడంటే ఈ సారి క్రికెట్టు పోటీలో
mohammad waccāḍaṃṭē ī sāri krikeṭṭu pōṭīlō
ఇండియా గెలిచినట్టే.
iṃḍiyā gelicinaṭṭē

4：తులసికి తప్పకుండా మా ఇంటికి రమ్మని చెప్పు.
tulasiki tappakuṃḍā mā iṃṭiki rammani ceppu

5：ఈ కంచం ఎవరిదో మీరు చెప్తారా？
ī kaṃcaṃ ewaridō mīru ceptārā

6：ఇది నాగుపామో కాదో ఎలా కనుకోవచ్చు？
idi nāgupāmō kādō elā kanukōwaccu

7：దీని తెలుగులో ఏం అంటారో మీకు తెలుసా？
dīni telugulō ēṃ aṃṭārō mīku telusā

8：పేడ దేనికి ఉపయోగపడుతుందో వాళ్లతో చెప్పండి.
pēḍa dēniki upayōgapaḍutuṃdō wāḷlatō ceppaṃḍi

9：ఏమైనా మీకు ఒక కోరిక ఉందనుకో, మా ఊరి
ēmainā　mīku oka kōrika uṃdanukō　mā　ūri

అమ్మవారికి చెప్తే చాలు.
ammawāriki ceptē cālu

10：నిన్న ఎవరో మీకు ఫోన్ చేశారట, మీగురించి ఏమిటో
ninna ewarō mīku phōn cēśāraṭa　mīguriṃci ēmiṭō

అడగారంట.
aḍagāraṃṭa

[訳]

1：敬意が払われていると、祖父は喜んだそうです。

2：この数の灯明には、あれだけの油を買っておけば足りるそうです。

3：モハンマドが来たなら、今回のクリケット試合はインドが勝ったも同然だ。

4：トゥラシに、必ずうちに来るように言って下さい。

5：この皿が誰のものか、教えていただけますか？

6：これがコブラかどうか、どうやって見分けられますか？

7：これをテルグ語で何と言うか、ご存知ですか？

8：牛糞が何に役立つのか、彼らに教えて下さい。

9：何かあなたに願い事があるとしたら、うちの村の女神に祈れば大丈夫です。

10：昨日、誰かがあなたに電話したそうです。あなたのことを何か尋ねたそうです。

17－1　接続詞

（1）平叙文の接続詞 అని, అంటే

① అని

話法で用いるもっとも一般的な接続詞で、「〜だと」という意味を表します。直接話法と間接話法の両方に使われ、どちらかは主文の述語動詞によって判断します。

例）తనకతోనూ, తన వాళ్లతోనూ, టోక్యోలో ఎన్నో చోట్లు చూశానని బాబు ఇంటికి ఉత్తరం రాశాడు.

「(僕は)田中さんとその家族と、東京でたくさんの場所を見ました」と、バーブは家に手紙を書いた。

చౌదరిగారిది రాజభవంతని చెప్తారు.

チョウドリさんの家は、宮殿のようだという噂だ。

వాడికి పిచ్చి పట్టిందని నాకు అనుమానంగా ఉంది.

彼は頭がおかしくなったのだと、私は疑っている。

ただし、అను（言う）や అనుకొను（思う）など、అను ではじまる動詞の直前では、接続詞 అని は脱落します。

例）బాబుకీ దేవికీ చాలా పోలిక ఉందనుకొంటాను.

私は、バーブとデーヴィがとても似ていると思う。

నిన్న రాత్రి పక్కింట్లో ఏమిటో జరిగినట్లు అనిపిస్తుంది.

夕べ、隣の家で何か起こったらしい。

② అంటే（146 頁）

前の平叙文を受けて、「〜ということは」「〜だなんて」という意味を表します。

例）నీళ్లు పట్టుకోటానికి అంత దూరం నడవాలంటే నేను ఒప్పుకోను.

水を汲むためにそんなに遠くまで歩かなくてはならないなんて、嫌だ。

（2）命令文の接続詞 అమని, అమ్మని

従属節の命令文の後ろに付いて、「〜しろと」「〜するように」という意味を表します。命令形が長母音でおわる場合は అమ్మని が付きます。

例）టైము ఉంటే కాసేపు ఇక్కడ ఉండమని అతను నన్ను అడిగాడు.

時間があるなら少しここにいるようにと、彼は私に頼んだ。

రేపు టిఫిను డబ్బా తెమ్మని చెప్పండి.

明日弁当箱を持ってくるように言って下さい。

（3）疑問文の接続詞 ఓ

従属節の疑問文の末尾に ఓ が付き、「〜か」という意味を表します。従属節が「A か B か」という疑問文の場合は、A と B それぞれに ఓ が付きます。

例）అలాంటి చేప తినటానికి బాగుందో లేదో తింటే తెలుస్తుంది.
あのような魚を食べて美味しいかどうか、食べれば分かるだろう。

（4）仮定の接続詞 అనుకో

従属節の平叙文の後に付いて、「〜だとしたら」という仮定を表します。

例）రేపు వచ్చే మన అతిథులకి మన తిండి అలవాటు లేదనుకో, ఏదో బైట హోటల్ కి తీసుకువెళ్లాలన్నమాట.
明日来る客人たちが、私たちの食べ物に慣れていないとしたら、どこか外のレストランに連れて行かなければならないということだ。

17−2　伝聞

「〜だって」、「〜だそうだ」、「〜だとさ」などという伝聞を表す場合は、文末に అంట や అట が付きます。

例）అనగాఅనగా దక్షిణదేశంలో ఒక రాజు ఉన్నాడంట.
昔々南インドに、１人の王様がいたとさ。
శ్రీకాళహస్తిలో మంచి కలంకారి చిత్రకళ ఉందట.　అది మచిలీపట్నంనుంచి వచ్చిందంట.
シュリ・カーラハスティには良いカラムカーリの絵画芸術があるそうだ。それは、マチリーパトナムから伝わったそうだ。

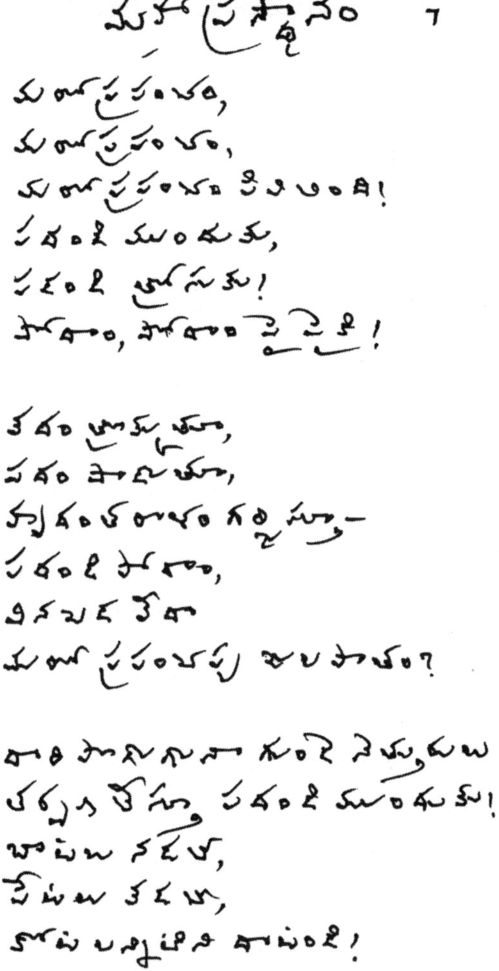

「大いなる旅立ち」 シュリー・シュリー筆

18　間投詞と反復語

― よっこらしょっと！　అమ్మయ్య！ ―

18－1　間投詞

間投詞や間投詞的に用いる慣用句の例をあげました。

例）	అమ్మ ああ	అమ్మయ్య よっこらしょっと
	అయ్యో あれまあ	అబ్బా おっと，あれまあ
	అబ్బో へぇ～	అరే な～んだ，おやおや
	బాబోయి うわぁ，え～	శభాష్ よろしい
	తప్పు こら	దేవుడా 神さま
	పిచ్చి バカ	వెధవ ろくでなし

చాలా సంతోషం. 嬉しいです。

మీ మొహం. まったくあなたは（あきれて）。

తప్పదు మరి. 仕方ないことだ。

మంచిది. 結構です。

మంచిపని చేశారు. 良くやった（褒め言葉）。

మీ ఇష్టం. お好きにどうぞ。

ఏమండి. あのう、すみませんが。

18−2　反復語

反復語は、個々がさまざまなニュアンスを含んでいます。

（1）形容詞・名詞の反復語

例）మొట్టమొదట 初っぱなに　చిట్టచివర とどの詰まりに
ఒక్కొక్క ひとつひとつ　ఒకరొకరు 1人1人
దగ్గరదగ్గర すぐ近くに　వేడివేడి ぬるい
చల్లచల్ల 肌寒い

（2）疑問詞の反復語

例）అప్పుడప్పుడు 時々　అక్కడక్కడ あちこち
అంతంత そんなにたくさんの
ఎవరెవరు 誰々が　ఏ ఏ 何々の

個々の疑問詞の反復語には、さらに次のようなバリエーションもあります。

例）అప్పుడు → అప్పుడప్పుడే ちょうどその時すぐに
అప్పుడెప్పుడో ずっと昔
అప్పటికప్పుడు (ఏ) すぐに
ఇప్పుడు → ఇప్పుడిప్పుడు このごろ，最近
ఇప్పుడిప్పుడే たった今
ఇప్పుడప్పుడే 間もなく
ఎప్పుడు → ఎప్పటికప్పుడు 時々

ఒకరొకరు →ఒకరికొకరికి 1人1人に
ఒకరినొకరిని 1人1人を

（3）動詞の反復語

例）తెలిసీ తెలియక 知ってか知らずか
చూసీ చూడక 見たか見ないか
వచ్చీ రాని できるともできないともつかない
ఉడికీ ఉడకని 半茹での

（4）擬音語・擬態語

例）దబదబా パタパタ（足音など）
కిలకిలా ニコニコ（笑う様子）
గణగణా カンカン（鐘などの音）
గబగబ, తకతకా さっさと（急ぐ様子）
గలగల ガラガラ（うがいのなどの音）
ధగధగ キラキラ（宝石が光る様子など）
తహతహ いまかいまかと（何かを待ち望む様子）

（5）擬声語

次の童謡には動物の鳴き声があります。擬音語の一例として、参考にして下さい。

చెట్టుమీద కాకమ్మ　కౌ కౌ కౌ
　木の上のカラスが　カアカアカア
కొమ్మమీద కోయిలమ్మ　కూ కూ కూ
　枝の上のカッコーが　カッコーカッコーカッコー
ఇంటిలోన పిచికపిల్ల　పిచుక్ పిచుక్ పిచుక్
　家の中のスズメの子が　チュンチュンチュン
ఆకుచాటు రామచిలుక　రామ రామ
　葉の小屋のラーマオウムが　ラーマラーマ
ఉట్టిమీద పిల్లిపిల్ల　మ్యా మ్యా మ్యా
　土壺の上の子猫が　ニャーニャーニャー
వీధిలోన కుక్కపిల్ల　భౌ భౌ భౌ
　道の子犬が　ワンワンワン
ఉయ్యాల్లో బుల్లిపాప　క్యావ్ క్యావ్ క్యావ్
　揺り籠の中の赤ん坊が オギャーオギャーオギャー
గోడమీద గడియారం　టిక్ టిక్ టిక్
　壁の時計が チックタックチックタック

19　日常会話例

ここでは、日常的な会話の例を取り上げます。会話中の「Aさん」は女性、「Bさん」は男性です。

19－1　オートリキシャに乗る

Aさん：ఆటో, వస్తారా? విజయనగర్ కోలోనీ.

運転手：విజయనగర్ కొలొనీలో ఎక్కడ?

Aさん：సెంట్ ఆన్స్ స్కూల్ దగ్గర. నేను చెప్తాను.

運転手：సరే, కూర్చో, అమ్మ.

Aさん：ఇటునుంచి కాదు. లక్డీకాపూల్ మీదుగా వెళ్లండి.
　　　　కొంచెం తొందరగా.

運転手：ఆc.

Aさん：అక్కడ చూడు, మసాబ్ టాంక్ ముందు ఎడమపక్కన కిందికి వెళ్లే దారి ఉంది. చూశారా? ఇప్పుడు పానీపూరిబండి ఉంది కదా. ఆ దారిలో తిన్నగా వెళ్లితే కుడిపక్కన చిన్న కిరాణాషాప్ వస్తుంది. ఆషాప్ నుంచి రెండవ ఇల్లు. ద్వారం వెనకాల ఉంది. కొంచెం లోపలికి వెళ్లండి. నెమ్మదిగా. చాలు, ఇక్కడ ఆగు. ఎంత?

運転手：ఇరవై ఆరమ్మ.

Ａさん：నా దగ్గర వంద నోటు అంతే.　చిల్లర ఉందా？

運転手：లేవు.　ఉండమ్మ,　అడిగివస్తా.　ఇవిగో.

Ａさん：బాబూ,　ఇక్కడ అర గంట ఉంటారా？　ఉంటే మళ్లి తిరిగివెళ్దామనుకొంటాను.　సరేనా？

[訳]

Ａさん：オート！　ヴィジャヤナガル・コロニーまで。

運転手：ヴィジャヤナガル・コロニーのどこかい？

Ａさん：セント・アン・スクールの近くです。説明しますから。

運転手：分かりました。じゃ、座って。

Ａさん：こっちからではなくて、ラクディ・カプール経由で行って下さい。少し急いで。

運転手：はい。

Ａさん：あっちを見て。マサブ・タンクの前、左側に下り道があります。分かりますか？　今、パーニプーリを売っている屋台があるでしょう。あの道をまっすぐ行くと、右手に小さな雑貨屋が見えてきます。その雑貨屋から２件目の家です。入り口は後ろです。ちょっと中に入って下さい。ゆっくりと。十分です、ここで止まって。いくらですか？

運転手：26 ルピーです。

Ａさん：100 ルピー札しかありません。お釣りはありますか？

運転手：いいえ。待っていて下さい。聞いてきます。はい、どうぞ。

Ａさん：お兄さん、ここで 30 分待ってくれますか？　待つなら、また戻ってもうらおうかと思うのですが。いいですか？

19−2　長距離バスに乗る

Bさん：మునగాల వెళ్లే బస్సు ఏది ?

通行人1：ఏ విజయవాడ బస్సైనా ఎక్కచ్చు.

Bさん：ఇది మునగాల వెళ్తుందా ?

通行人2：ఉహూc.　ఇది ఎక్సుప్రెస్.　వేరే బస్సులో వెళ్లాలి.
అదుగో వచ్చింది బస్సు.

Bさん：బాబూ,　మునగాలవరకు ఎంట టైం పడుతుంది ?

運転手：మూడు గంటలు పడుతుందయ్య.

Bさん：అంటే కనీసం పన్నెండున్నరకి చేర్తుందా ?　బాగుంది.
ఈ సీట్ ఖాళీయా ?　కొంచెం తిరగండి.　థాంక్స్.
బాబూ,　మునగాల వస్తే చెబతారండీ,　నేను దిగుతాను
అక్కడ.

運転手：అలాగే.

[訳]

Bさん：ムナガーラに行くバスはどれですか？

通行人1：ヴィジャヤワダ行きのどのバスに乗ってもいいですよ。

Bさん：これは、ムナガーラに行きますか？

通行人2：いいえ、これは急行です。別のバスじゃなきゃだめです。

ほら、あそこにバスが来ました。

Ｂさん：運転手さん、ムナガーラまで、どの位時間はかかりますか？

運転手：３時間かかるよ、お兄さん。

Ｂさん：では、少なくとも 12 時半には着くということですか？ 良かった。この席は空いていますか？　ちょっとどいて下さい。ありがとうございます。すみませんが、ムナガーラに着いたら、教えていただけますか、私はそこで降りますので。

運転手：分かりました。

19－3　観劇に行く

Ｂさん：సురభి థియేటరు వాళ్ల ప్రోగ్రాం ఎప్పుడుంటుంది, ఎక్కడుంటుంది ?

友人：పబ్లిక్ గార్డెన్స్ లో లలితకళాతోరణంలో అప్పుడప్పుడు పెడతారు.

Ｂさん：మరి ఎప్పుడు పెడతారో ఎలా తెలుస్తుంది ?

友人：మామూలుగా పత్రికల్లో వేస్తారు.　ఈనాడుపేపర్ చూద్దాం. రేపు ఆరు గంటలకి మొదలవుతుందట.　నేను మిమ్మల్ని తీసుకు వెళ్లేదా ?

Ｂさん：చాలా థాంక్స్.　మీరు వస్తే బాగుంటుంది.　కానీ ఆరుగంటలకి వెళ్లాలంటే ఆఫీసు పని నాలుగున్నరకు

అయిపోవాలి.　నా బాసుతో చెప్పి అనుమతి తీసుకోవాలి.

友人：అయితే మీరు ఒక పని చెయ్యండి.　రేపు పొద్దున ఆఫీసుకి వెళ్లినప్పుడు మీరు ఆయన్ని కూడా రమ్మని అడగండి.　వస్తారేమో.

Bさん：అవును,　మంచిది.　మనం అందరం కలిసి వెళ్దాం. మరి టికెట్లు దొరుకుతాయా？

友人：దొరకవచ్చు.　నేను ఫోన్ చేసి కనుకొంటాను.

[訳]

Bさん：スラヴィ劇団の芝居はいつ、どこでやりますか？

友人：パブリック・ガーデンズの中の芸術劇場で、時々やります。

Bさん：今度いつやるか、どうしたら分かりますか？

友人：普通は新聞に載ります。イーナードゥ紙を見ましょう。明日、6時に始まるそうです。私があなたを連れて行ってあげましょうか？

Bさん：どうもありがとうございます。あなたが来るなんて、うれしいです。でも、6時までに行くには、職場の仕事が4時半にはおわらなくてはなりません。私の上司に言って、許可を受けなければなりません。

友人：では、あなたはこうしたらどうでしょう。明日の朝、職場に行ったときに、彼にも来たらどうかと誘って下さい。来るかも知れませんよ。

Bさん：確かに、それはいいですね。私たちみんなで一緒に行きましょう。それで、チケットは手に入るでしょうか？

友人：手に入るはずです。私が電話をしてきいてみます。

19－4　サリーを買う

店員：రండి రండి.　ఏం కావాలమ్మ?

Aさん：మంచి నూలు చీర కావాలి.　చూపిస్తారా?

店員：సరే, కూర్చోండి.　కాఫీ తీసుకోండి.　చూడండి, ఇది వెంకటగిరి.　మంచి నూలు.　ముదురు ఎరుపు మీ రంగుకి బాగా నప్పుతుంది.

Aさん：ఆహాఁ, నాకు ఇలాంటి జరీ వద్దు.　జరీ లేనివి చూపించు.

店員：వెంకటగిరి అంటే జరీ ఉంటుంది.　వద్దంటే మీరు సిద్ధిపేట గానీ చీరాల గానీ తీసుకోండి.　ఎండకాలంలో చాలా హాయిగా ఉంటుంది.

Aさん：ఈ సిద్ధిపేట చీరె పల్లు ఎలా ఉంది?

店員：మంచి నెమళ్లూ చిన్న చిన్న బూటాలూ ఉన్నాయి.

Aさん：ఆ, చాలా బాగుంది.　ఇది తీసుకొంటాను.　దీనికి ఫాలూ, జాకెట్టు గుడ్డ కూడా తీసుకొంటాను.

店員：అవి పక్క దుకాణంకి వెళ్లి కొనుక్కోండి.　అక్కడ మీ మెజరుమెంటు తీసి ఒకే రోజులో కుట్టిస్తారు.

Aさん：చాలా బాగుంది.　ఇదిగో డబ్బు.

[訳]

店員：いらっしゃいませ。何をお求めですか？
Aさん：良い綿サリーが欲しいです。見せていただけますか？
店員：はい、お座り下さい。コーヒーをどうぞ。ご覧下さい、これはヴェンカタギリです。綿は上物です。濃い赤が、お客さんの肌の色にお似合いですよ。
Aさん：いやいや、私はこのような金糸はいりません。金糸がないのを見せて下さい。
店員：ヴェンカタギリに金糸は付き物です。お嫌なら、スィディペットやチーラーラをお求め下さい。乾期にはとても気持ちいいですよ。
Aさん：このスィディペット・サリーのパッルはどんな感じですか？
店員：かわいいクジャクや小さな花柄の小紋です。
Aさん：あら、とてもいいですね。これを頂きます。これに付けるフォールとブラウスの布地も頂きます。
店員：それらは、隣の店に行ってお買い求め下さい。あそこでは、あなたのサイズを測って、1日で縫ってお渡しします。
Aさん：それは良いですね。では、お代金です。

19−5　あいさつを述べる

ఇవాళ ఈ పెళ్లిసందడికి వచ్చినందుకు చాలా ఆనందంగా ఉంది. తెలుగువాళ్ల పెళ్లి పద్ధతులు మంచి వింతగానూ సంతోషకరంగానూ అనిపిస్తున్నాయి. ఇంతమంది కలిసి సరదాగా మాట్లా

డుతూ పాడుతూ ఉండటం విశేషం. ఈ విందులో పాల్గొని నేను కొత్త కొత్త విషయాలు తెలుసుకున్నాను. నన్ను ఇలా మాట్లాడమన్నందుకు కృతజ్ఞతలు. నా వచ్చీరాని తెలుగుకి మన్నించండి.

[訳]

今日、この結婚の祝宴に参列し、大変嬉しく思います。テルグの人々の結婚式はとても独特で、まことにおめでたい気持ちになります。このように多くの人々が一同に会し、仲良く言葉を交わし歌いながら共に過ごすことは、素晴らしいことです。このようなパーティーに参加し、私にはとても良い経験になりました。私に、このようにお話しする機会を下さいまして、感謝致します。未熟なテルグ語で、失礼致しました。

20　文章読解

20－1　民話

తెనాలి రామకృష్ణ కథలు

శ్రీకృష్ణదేవరాయలు విజయనగర సామ్రాజ్యమును పాలించుచున్న సమయమున కృష్ణ మండలంలో గొల్లపాడు అనే గ్రామం ఒకటి వుండేది. ఆ గ్రామంలో రామలక్ష్మయ్య అను నియోగి బ్రాహ్మణ దంపతులు నివసించేవారు. వారు నివసిస్తున్న గ్రామం పేరే ఇంటిపేరుగా వుండేది. వారికి లేక లేక ఒక పుత్రుడు పుట్టినాడు. అతనికి రామకృష్ణుడు అని పేరు పెట్టి అల్లారుముద్దుగా పెంచసాగినారు.

[訳]

テナーリ・ラーマクリシュナの物語

クリシュナデーヴァラーヤ王がヴィジャヤナガル王朝を統治していた頃、クリシュナ地方にゴッラパードゥという村がありました。その村には、ラーマラクシュマイヤというニヨーギ・ブラーフマンの夫婦が住んでいました。彼らが住んでいる村の名前は、彼らの姓でもありました。二人には、しばらくしてひとりの男の子が生まれました。その子に、ラーマクリシュナという名前をつけて、たいそうかわいがって育てていました。

（出典：రేవళ్ళ సూర్యనారాయణమూర్తి, *తెనాలి రామకృష్ణ*,

రవీంద్ర పబ్లిషింగ్ హౌస్, విజయవాడ, 1999.)

20－2　散文

ఆంధ్ర ప్రదేశ్

భారతదేశానికి స్వాతంత్ర్యం సిద్ధించిన తరువాత ఏర్పాటైన మొట్టమొదటి భాషా ప్రయుక్త రాష్ట్రమే ఆంధ్రప్రదేశ్. ఇది 1953లో టంగుటూరి ప్రకాశం ముఖ్యమంత్రిగా ఆంధ్రరాష్ట్రంగా అవతరించింది. తరువాత 1956 నవంబర్ ఒకటవ తేదీన, హైద్రాబాద్ రాజధానిగా, సంజీవరెడ్డి ముఖ్యమంత్రిగా ఆంధ్రప్రదేశ్ రాష్ట్రంగా ఏర్పడింది. పూర్వం నిజాం పాలనలోని 9 జిల్లాలు దీనిలో విలీనంచేయబడినాయి. ప్రస్తుతం ఆంధ్రప్రదేశ్ లో మూడు ప్రాంతాలు – ఆంధ్ర, రాయలసీమ, తెలంగాణ – ఉన్నాయి.

[訳]

アーンドラ・プラデーシュ州

インドの独立後に最初に成立した言語州こそアーンドラ・プラデーシュである。これは1953年にタングトゥーリ・プラカーシャムを州首相とし、アーンドラ州として誕生した。その後1956年11月1日、ハイダラーバードを州都に、サンジーヴァ・レッディを州首相にしてアーンドラ・プラデーシュ州が発足した。以前のニザーム領のうち9県がそこに併合された。現在アーンドラ・プラデーシュ州には3地域――アーンドラ、ラーヤラシーマ、テランガーナ――がある。

（出典：పి.రఘునాధరావు, *ఆధునిక ఆంధ్రప్రదేశ్ చరిత్ర*, నాల్గవ ముద్రణ, Sterling Publishiers Pvt. ltd., New Delhi, 1990.）

20－3　現代詩

మహాప్రస్థానం

మరో ప్రపంచం,
మరో ప్రపంచం,
మరో ప్రపంచం పిలిచింది！
పదండి ముందుకు,
పదండి త్రోసుకు！
పోదాం, పోదాం పైపైకి！

కదం త్రొక్కుతూ,
పదం పాడుతూ,
హృదంతరాళం గర్జిస్తూ
పదండి పోదాం,
వినబడలేదా
మరో ప్రపంచపు జలపాతం？

[訳]

大いなる旅立ち

もうひとつの世界が
もうひとつの世界が
もうひとつの世界が呼んでいる！
踏みだそう　前へ、
大胆に　突き進もう！
さあ行こう　共に行こう　上へ上へ！

一歩を踏みしめながら、
歌を歌いながら、
心を底から　うならせながら、
さあ行こう　共に行こう、
聞こえなかったはずはない
もうひとつの世界の轟音が！

（出典：శ్రీ శ్రీ, మహాప్రస్థానం, 17వ కూర్పు, విజయవాడ, 1984, 初版, 1950.）

付録１　連声規則

本文中の連声規則をまとめました。Ｖは短母音、ＶＶは長母音と二重母音、Ｃは子音を表しています。

【連声１】	V1 ＋V2 → V2
	V1 ＋V2V2 → V2V2
【連声２】	a ＋ u → ō
【連声３】	i ＋ ā → æ
【連声４】	k / c / t / p → g / j / d / b
【連声５】	ＶＶ ＋ ē → ＶＶyē
【連声６】	ē ＋ ā → ēnā
【連声７】	i ＋ lu → ulu
【連声８】	iCi ＋ lu → uCulu
【連声９】	aṃ / āṃ ＋ lu → ālu
	eṃ ＋ lu → ælu
【連声10】	ṭi / ṭu / ṭṭi / ṭṭu / (ṃ)ḍi / (ṃ)ḍu / ḍḍi / ḍḍu / ri / ru / li / lu ＋ lu → ṭ / (ṃ)ḍ / l / r ＋ lu
【連声11】	ṭ / (ṃ)ḍ / l / r ＋ lu → ṭ / (ṃ)ḍ / l / r ＋ ḷu
【連声12】	(ṃ) ḍ / l / r ＋ ḷu → ḷḷu
【連声13】	aṃ / āṃ ＋ i → āni
	eṃ ＋ i → æni
【連声14】	[ḍ / ṇ / n / r / l ＋V] ＋ ni / nu → ṇṇi / nni / rni / lni
【連声15】	a ＋ vaddu → oddu

付録２　親族名称

テルグ語には非常に多くの親族名称があります。ここでは比較的使用頻度の高い名称をあげました。

夫 భర్త

父 నాన్న

母 అమ్మ

息子 కొడుకు

娘 కూతురు

祖父 తాత

祖母（父方） మామ్మ, బామ్మ

孫息子 మనమడు

兄 అన్న

姉 అక్క

弟 తమ్ముడు

妹 చెల్లెలు

夫や妻の兄（小舅） బావగారు

夫や妻の姉（小姑） వదినె

夫や妻の弟（小舅） బావ, మరిది

夫や妻の妹（小姑） మరదలు

妻 భార్య

舅 మామ, మామగారు

姑 అత్త, అత్తగారు

婿 అల్లుడు

嫁 కోడలు

祖母（母方） అమ్మమ్మ

孫娘 మనమరాలు

兄嫁（義姉） వదినె

姉の夫（義兄） బావ

弟の妻（義妹） మరదలు

妹の夫（義弟） బావ, మరిది

【おじ・おば・甥・姪】

テルグ語では、同性の兄弟姉妹は同一に見なします。すなわち、父親の兄弟は父と同等で、母親の姉妹も母と同等と考えます。例えば、父親の兄（父方の伯父）は「大きい父 పెదనాన్న」、母の妹（母方の叔母）は「小さな母 చిన్నమ్మ」と呼びます。自分と同性の兄弟姉妹の子供（甥・姪）も、自分の子供と同様に「息子 కొడుకు」「娘 కూతులు」と呼びます。しかし、異性の兄弟姉妹の関係は交叉と呼ばれ、厳密に区別されています。なぜなら、交叉の関係にあるおじ・おば・甥・姪・いとこは、婚姻対象となるからです。例えば、父の姉妹（父方のおば）అత్త は姑と、母の兄弟（母方のおじ）మామ は舅と同義語です。しばしば語頭につく మేన は、交叉の関係を表します。

父方のおじ＝父　(పెద-, చిన్న-) నాన్న
母方のおば＝母　(పెద-, చిన్న-) అమ్మ, పిన్ని
父方のおば＝姑　(పెద-, చిన్న-) అత్త, మేనత్త
母方のおじ＝舅　(పెద-, చిన్న-) మామ, మేనమామ
自分と同性の兄弟姉妹（兄弟・姉妹の関係）の息子＝甥　కొడుకు
〃　の娘＝姪　కూతులు
自分と異性の兄弟姉妹（兄妹・姉弟の関係）の息子＝甥　మేనల్లుడు
〃　の娘＝姪　మేనకోడలు

【いとこ】

同性の兄弟姉妹から生まれた子供たち（＝いとこ）は、同じ兄弟姉妹と見します。区別されるのは、上に述べたように交叉の関係にあるいとこ同士です。（交叉いとこ婚は、伝統的にはもっとも理想的な結婚と考えられ、そのような関係を ఐనసంబంధం「適した関係」と呼びました。）

母方のおばの息子、または父方のおじの息子　అన్న, తమ్ముడు
母方のおばの娘、または父方のおじの娘　అక్క, చెల్లెలు
母方のおじの息子、または父方のおばの息子　మేనబావ, మేనమరిది
母方のおじの娘、または父方のおばの娘　మేనమరదలు

付録３　代名詞の格変化一覧

【1人称】

主　格	斜格・所有格	与　格	対　格
నేను	నా	నాకు	నన్ను
మేము / మేం	మా	మాకు	మమ్మల్ని / మమ్మల్ను
మనం	మన	మనకి / మనకు	మనల్ని / మనల్ను

【2人称】

主　格	斜格・所有格	与　格	対　格
నువ్వు, నీవు	నీ	నీకు	నిన్ను
మీరు	మీ	మీకు	మిమ్మల్ని/మిమ్మల్ను
తమరు, తాము	తమరి, తమ	తమరికి	తమర్ని

付録3　代名詞の格変化一覧

【3人称単数男性】

主　格	斜格・所有格	与　格	対　格
ఆయన	ఆయన	ఆయనకి	ఆయన్ని
ఈయన	ఈయన	ఈయనకి	ఈయన్ని
అతను	అతని	అతనికి	అతన్ని
ఇతను	ఇతని	ఇతనికి	ఇతన్ని
వాడు	వాడి / వాని	వాడికి / వానికి	వాణ్ణి
వీడు	వీడి / వీని	వీడికి / వీనికి	వీణ్ణి

【3人称単数非男性(女性)】

主　格	斜格・所有格	与　格	対　格
ఆవిడ	ఆవిడ	ఆవిడకి	ఆవిణ్ణి
ఈవిడ	ఈవిడ	ఈవిడకి	ఈవిణ్ణి
ఆమె	ఆమె	ఆమెకి	ఆమెని
ఈమె	ఈమె	ఈమెకి	ఈమెని

【3人称単数尊敬・3人称複数】

主　格	斜格・所有格	与　格	対　格
వారు	వారి	వారికి	వారిని
వీరు	వీరి	వీరికి	వీరిని
వాళ్లు	వాళ్ల	వాళ్లకి / వాళ్లకు	వాళ్లని / వాళ్లను
వీళ్లు	వీళ్ల	వీళ్లకి / వీళ్లకు	వీళ్లని / వీళ్లను

【3人称再帰】

主　格	斜格・所有格	与　格	対　格
తను, తాను	తన	తనకి / తనకు	తనని / తనను
తము, తాము	తమ	తమకి / తనకు	తమని / తమను

【3人称単数非男性非尊敬(女性)・非人間単数(指示代名詞)】

主　格	斜格・所有格	与　格	対　格
అది	దాని	దానికి	దాన్ని / అది
ఇది	దీని	దీనికి	దీన్ని / ఇది

【非人間複数(指示代名詞)】

主　格	斜格・所有格	与　格	対　格
అవి	వాటి	వాటికి	వాటిని / అవి
ఇవి	వీటి	వీటికి	వీటిని / ఇవి

【疑問】

主　格	斜格・所有格	与　格	対　格
ఎవరు	ఎవరి	ఎవరికి	ఎవరిని
ఏది	దేని	దేనికి	దేన్ని / ఏది
ఏవి	వేటి	వేటికి	వేటిని / ఏవి
ఏమిటి, ఏమి / ఏం	దేని, వేటి	దేనికి, వేటికి	దేన్ని, వేటిని, ఏమి / ఏం

付録４　動詞活用例一覧

【動詞番号】

１．規則変化動詞

（１）（２）以下以外のすべての動詞。（語幹が無変化）

（２）（３）以下以外のすべての動詞。（下から２番目の母音が変化）

（３）語尾＝長母音＋చు

（４）語尾＝అ / ఉ＋చు

（５）語尾＝ంచు

（６）語尾＝子音＋చు、ただし語尾 చ్చుは（１）。（語幹が無変化）

（７）語尾＝子音＋చు、ただし語尾 చ్చుは（１）。（下から２番目の母音が変化）

（８）語尾＝長母音＋యు

（９）語尾＝అ / ఇ＋యు

（10）語尾＝ను　　（11）語尾＝ట్టు　　（12）語尾＝ప్పు

２．不規則変化動詞

（13）అవు なる

（14）ఇచ్చు 渡す

（15）ఉండు いる・ある

（16）కూర్చును, కూర్చొను 座る

（17）+కొను 自分で〜する

（18）చచ్చు 死ぬ

（19）చూచు 見る

（20）తన్ను 蹴る

（21）తెచ్చు 運ぶ

（22）నిలుచును, నుంచును 立つ

（23）పడు 落ちる，〜に陥る

（24）పోవు 行く，〜してしまう

（25）లే ない

（26）లేచు 起きる

（27）వచ్చు 来る

（28）వెళ్లు 行く

【活用番号】

①勧誘形：勧誘形語幹＋దాం

②命令形：命令形語幹＋ఉ

③否定命令形：否定形語幹＋అకు

④過去形：過去形語幹＋ఆ (æ) {ఇం / ఇన} + 人称語尾 1

⑤過去否定形：否定形語幹＋అ＋లేదు

⑥現在未来形：現在未来形語幹＋తా, టా {తుం,టుం} + 人称語尾 1

⑦現在未来否定形：否定形語幹＋అ + 人称語尾 2

⑧進行形：現在未来形語幹＋త్, ట్ {తు,టు} + ఉందు (+)

⑨動名詞：否定形語幹＋అటం / అడం

⑩不定詞：否定形語幹＋అన్ / అ

⑪連続連用分詞：過去形語幹＋ఇ

⑫同時連用分詞：現在未来形語幹＋తూ,టూ

⑬否定連用分詞：否定形語幹＋అక, అకుండా

⑭条件連用分詞：現在未来形語幹＋ఇతే, ఇటే

⑮譲歩連用分詞：過去形語幹＋ఇనా

⑯過去連体分詞：過去形語幹＋ఇన

⑰現在未来連体分詞：過去形語幹＋ఏ

⑱進行連体分詞：現在未来形語幹＋తున్న, టున్న

⑲否定連体分詞：否定形語幹＋అని

人称語尾 1 ：ను, ము / ం, వు, రు, డు, ది, యి
人称語尾 2 ：ను, ము / ం, వు, రు, డు, దు

１．規則変化動詞例

（１）**వండు** 料理する

勧誘形語幹 వండు
命令形語幹 వండ్
否定形語幹 వండ్
過去形語幹 వండ్
現在未来形語幹 వండు

①వండుదాం
②వండు
③వండకు
④వండాను {వండింది / వండినది}
⑤వండలేదు
⑥వండుతాను {వండుతుంది}
⑦వండను
⑧వండుతున్నాను
{వండుతూంది / వండుతున్నది}
⑨వండటం
⑩వండన్ / వండ
⑪వండి
⑫వండుతూ
⑬వండక, వండకుండా
⑭వండితే
⑮వండినా
⑯వండిన
⑰వండే
⑱వండుతున్న
⑲వండని

（２）**చదువు** 読む

勧誘形語幹 చదువు
命令形語幹 చదువ్
否定形語幹 చదవ్
過去形語幹 చదివ్
現在未来形語幹 చదువు

①చదువుదాం
②చదువు
③చదవకు
④చదివాను {చదివింది / చదివినది}
⑤చదవలేదు
⑥చదువుతాను {చదువుతుంది}
⑦చదవను
⑧చదువుతున్నాను
{చదువుతూంది / చదువుతున్నది}
⑨చదవటం
⑩చదవన్ / చదవ
⑪చదివి
⑫చదువుతూ
⑬చదవక, చదవకుండా
⑭చదివితే
⑮చదివినా
⑯చదివిన
⑰చదివే
⑱చదువుతున్న
⑲చదవని

（3）**కాచు** 世話する

勧誘形語幹 కాద్

命令形語幹 కాచ్

否定形語幹 కాచ్

過去形語幹 కాచ్

現在未来形語幹 కాస్

①కాద్దాం

②కాచు

③కాచకు

④కాచాను {కాచింది / కాచినది}

⑤కాచలేదు

⑥కాస్తాను {కాస్తుంది}

⑦కాచను

⑧కాస్తున్నాను {కాస్తూంది / కాస్తున్నది}

⑨కాచటం

⑩కాచన్ / కాచ

⑪కాచి

⑫కాస్తూ

⑬కాచక, కాచకుండా

⑭కాస్తే

⑮కాచినా

⑯కాచిన

⑰కాచే

⑱కాస్తున్న

⑲కాచని

（4）**పరచు / పరుచు** 広げる

勧誘形語幹 పరుద్

命令形語幹 పరచ్ / పరుచ్ /

పరవ్ / పరు(వ్)

否定形語幹 పరచ్ / పరవ్

過去形語幹 పరిచ్

現在未来形語幹 పరుస్

①పరుద్దాం

②పరచు / పరుచు / పరు(వు)

③పరచకు / పరవకు

④పరిచాను {పరిచింది / పరిచినది}

⑤పరచలేదు / పరవలేదు

⑥పరుస్తాను {పరుస్తుంది}

⑦పరచను / పరవను

⑧పరుస్తున్నాను

{పరుస్తూంది / పరుస్తున్నది}

⑨పరచటం / పరవటం

⑩పరచన్ / పరవన్ / పరచ / పరవ

⑪పరిచి

⑫పరుస్తూ

⑬పరచక / పరవక,

పరచకుండా / పరవకుండా

⑭పరుస్తే

⑮పరిచినా

⑯పరిచిన

⑰పరిచే

⑱పరుస్తున్న

⑲పరచని / పరవని

（5）**చూపించు** 見せる

勧誘形語幹 చూపిద్

命令形語幹 చూపించ్

否定形語幹 చూపించ్

過去形語幹 చూపించ్

現在未来形語幹 చూపిస్

①చూపిద్దాం
②చూపించు
③చూపించకు
④చూపించాను
{చూపించింది / చూపించినది}
⑤చూపించలేదు
⑥చూపిస్తాను {చూపిస్తుంది}
⑦చూపించను
⑧చూపిస్తున్నాను
{చూపిస్తూంది / చూపిస్తున్నది}
⑨చూపించటం
⑩చూపించన్ / చూపించ
⑪చూపించి
⑫చూపిస్తూ
⑬చూపించక, చూపించకుండా
⑭చూపిస్తే
⑮చూపించినా
⑯చూపించిన
⑰చూపించే
⑱చూపిస్తున్న
⑲చూపించని

（6）**కాల్చు** 燃やす

勧誘形語幹 కాలుద్

命令形語幹 కాల్చ్

否定形語幹 కాల్చ్

過去形語幹 కాల్చ్

現在未来形語幹 కాలుస్

①కాలుద్దాం
②కాల్చు
③కాల్చకు
④కాల్చాను {కాల్చింది / కాల్చినది}
⑤కాల్చలేదు
⑥కాలుస్తాను {కాలుస్తుంది}
⑦కాల్చను
⑧కాలుస్తున్నాను
{కాలుస్తూంది / కాలుస్తున్నది}
⑨కాల్చటం
⑩కాల్చన్ / కాల్చ
⑪కాల్చి
⑫కాలుస్తూ
⑬కాల్చక, కాల్చకుండా
⑭కాలుస్తే / కాలిస్తే
⑮కాల్చినా
⑯కాల్చిన
⑰కాల్చే
⑱కాలుస్తున్న
⑲కాల్చని

（7）**కుదుర్చు** 直す

勧誘形語幹 కుదురుద్

命令形語幹 కుదుర్చ్

否定形語幹 కుదర్చ్

過去形語幹 కుదిర్చ్

現在未来形語幹 కుదురుస్

①కుదురుద్దాం

②కుదుర్చు

③కుదర్చకు

④కుదిర్చాను

{కుదిర్చింది / కుదిర్చినది}

⑤కుదర్చలేదు

⑥కుదురుస్తాను {కుదురుస్తుంది}

⑦కుదర్చను

⑧కుదురుస్తున్నాను

{కుదురుస్తూంది / కుదురుస్తున్నది}

⑨కుదర్చటం

⑩కుదర్చన్ / కుదర్చ

⑪కుదిర్చి

⑫కుదురుస్తూ

⑬కుదర్చక, కుదర్చకుండా

⑭కుదురుస్తే / కుదిరిస్తే

⑮కుదిర్చినా

⑯కుదిర్చిన

⑰కుదిర్చే

⑱కుదురుస్తున్న

⑲కుదర్చని

（8）**చేయు** する

勧誘形語幹 చేద్

命令形語幹 —

否定形語幹 చేయ్ / చెయ్య్

過去形語幹 చేశ్ {చేస్}

現在未来形語幹 చేస్

①చేద్దాం

②చేయి / చెయ్యి

③చేయకు / చెయ్యకు

④చేశాను {చేసింది / చేసినది}

⑤చేయలేదు / చెయ్యలేదు

⑥చేస్తాను {చేస్తుంది}

⑦చేయను, చెయ్యను

⑧చేస్తున్నాను

{చేస్తూంది / చేస్తున్నది}

⑨చేయటం / చెయ్యటం

⑩చేయన్ / చేయ

⑪చేసి

⑫చేస్తూ

⑬చేయక, చేయకుండా

⑭చేస్తే

⑮చేసినా

⑯చేసిన

⑰చేసే

⑱చేస్తున్న

⑲చేయని

（9）**కలయు / కలియు** 会う

勧誘形語幹 కలుద్
命令形語幹 కలవ్ / కలు(వ్)
否定形語幹 కలవ్
過去形語幹 కలిశ్ {కలిస్}
現在未来形語幹 కలుస్

①కలుద్దాం
②కలవు / కలు(వు)
③కలవకు
④కలిశాను {కలిసింది / కలిసినది}
⑤కలవలేదు
⑥కలుస్తాను {కలుస్తుంది}
⑦కలవను
⑧కలుస్తున్నాను
{కలుస్తూంది / కలుస్తున్నది}
⑨కలవటం
⑩కలవన్ / కలవ
⑪కలిసి
⑫కలుస్తూ
⑬కలవక, కలవకుండా
⑭కలుస్తే / కలిస్తే
⑮కలిసినా
⑯కలిసిన
⑰కలిసే
⑱కలుస్తున్న
⑲కలవని

（10）**కొను** 買う

勧誘形語幹 కొం
命令形語幹 కొన్
否定形語幹 కొన్
過去形語幹 కొన్న్ {—}
現在未来形語幹 కొం

①కొందాం
②కొను
③కొనకు
④కొన్నాను {కొంది / కొన్నది}
⑤కొనలేదు
⑥కొంటాను {కొంటుంది}
⑦కొనను
⑧కొంటున్నాను
{కొంటూంది / కొంటున్నది}
⑨కొనటం
⑩కొనన్ / కొన
⑪కొని
⑫కొంటూ
⑬కొనక, కొనకుండా
⑭కొంటే
⑮కొన్నా
⑯కొన్న
⑰కొనే
⑱కొంటున్న
⑲కొనని

(11) **పెట్టు** 置く

勧誘形語幹 పెడ

命令形語幹 పెట్ట్

否定形語幹 పెట్ట్

過去形語幹 పెట్ట్

現在未来形語幹 పెడ

①పెడదాం

②పెట్టు

③పెట్టకు

④పెట్టాను {పెట్టింది / పెట్టినది}

⑤పెట్టలేదు

⑥పెడతాను {పెడుతుంది}

⑦పెట్టను

⑧పెడుతున్నాను

{పెడుతూంది / పెడుతున్నది}

⑨పెట్టటం

⑩పెట్టన్ / పెట్ట

⑪పెట్టి

⑫పెడుతూ

⑬పెట్టక, పెట్టకుండా

⑭పెడితే

⑮పెట్టినా

⑯పెట్టిన

⑰పెట్టే

⑱పెడుతున్న

⑲పెట్టని

(12) **చెప్పు** 言う

勧誘形語幹 చెబ

命令形語幹 చెప్ప్

否定形語幹 చెప్ప్

過去形語幹 చెప్ప్

現在未来形語幹 చెబ

①చెబదాం

②చెప్పు

③చెప్పకు

④చెప్పాను {చెప్పింది / చెప్పినది}

⑤చెప్పలేదు

⑥చెబతాను {చెబుతుంది}

⑦చెప్పను

⑧చెబుతున్నాను

{చెబుతూంది / చెబుతున్నది}

⑨చెప్పటం

⑩చెప్పన్ / చెప్ప

⑪చెప్పి

⑫చెబుతూ

⑬చెప్పక, చెప్పకుండా

⑭చెబితే

⑮చెప్పినా

⑯చెప్పిన

⑰చెప్పే

⑱చెబుతున్న

⑲చెప్పని

2．不規則変化動詞

(13) **అవు** なる

①అవుదాం
②అవు / కా
③అవకు / కాకు
④అయ్యాను {అయింది / అయినది}
⑤అవలేదు / కాలేదు
⑥అవుతాను {అవుతుంది}
⑦అవను / కాను
⑧అవుతున్నాను
{అవుతూంది / అవుతున్నది}
⑨అవటం / కావటం
⑩అవన్ / కాన్ / అవ / కా
⑪అయి
⑫అవుతూ
⑬అవక / కాక,　అవకుండా / కాకుండా
⑭అయితే
⑮అయినా
⑯అయిన
⑰అయ్యే
⑱అవుతున్న
⑲అవని / కాని

(14) **ఇచ్చు** 渡す

①ఇద్దాం
②ఇవ్వు / ఇయ్యి
③ఇవ్వకు / ఇయ్యకు
④ఇచ్చాను {ఇచ్చింది / ఇచ్చినది}
⑤ఇవ్వలేదు
⑥ఇస్తాను {ఇస్తుంది}
⑦ఇవ్వను / ఇయ్యను
⑧ఇస్తున్నాను {ఇస్తూంది / ఇస్తున్నది}
⑨ఇవ్వటం / ఇయ్యటం
⑩ఇవ్వన్ / ఇయ్యన్ / ఇవ్వ / ఇయ్య
⑪ఇచ్చి
⑫ఇస్తూ
⑬ఇవ్వక / ఇయ్యక,
ఇవ్వకుండా / ఇయ్యకుండా
⑭ఇస్తే
⑮ఇచ్చినా
⑯ఇచ్చిన
⑰ఇచ్చే
⑱ఇస్తున్న
⑲ఇవ్వని / ఇయ్యని

(15) **ఉండు** いる・ある

①ఉందాం
②ఉండు
③ఉండకు
④ఉన్నాను {ఉంది / ఉన్నది}
⑤ఉండలేదు
⑥ఉంటాను {ఉంటుంది}
⑦ఉండను
⑧ఉంటున్నాను
{ఉంటూంది / ఉంటున్నది}
⑨ఉండటం
⑩ఉండన్ / ఉండ
⑪ఉండి
⑫ఉంటూ
⑬ఉండక, ఉండకుండా
⑭ఉంటే
⑮ఉండినా
⑯ఉండిన / ఉన్న
⑰ఉండే
⑱ఉంటున్న
⑲ఉండని

(16) **కూర్చును / కూర్చొను** 座る

①కూర్చుందాం
②కూర్చో
③కూర్చోకు
④కూర్చున్నాను
{కూర్చుంది / కూర్చున్నది}
⑤కూర్చోలేదు
⑥కూర్చుంటాను {కూర్చుంటుంది}
⑦కూర్చోను
⑧కూర్చుంటున్నాను
{కూర్చుంటూంది / కూర్చుంటున్నది}
⑨కూర్చోటం
⑩కూర్చోన్ / కూర్చో
⑪కూర్చోని / కూర్చుని
⑫కూర్చుంటూ
⑬కూర్చోక, కూర్చోకుండా
⑭కూర్చుంటే
⑮కూర్చున్నా
⑯కూర్చొన్న / కూర్చున్న
⑰కూర్చొనే / కూర్చునే
⑱కూర్చుంటున్న
⑲కూర్చోని

(17) **+కొను** (కొను→10)

自分で～する

①+కొందాం
②+కో
③+కోకు
④+కొన్నాను {కొంది / కొన్నది}
⑤+కోలేదు
⑥+కొంటాను {కొంటుంది}
⑦+కోను
⑧+కొంటున్నాను
{కొంటూంది / కొంటున్నది}
⑨+కోటం
⑩+కోన్ / అనుకో
⑪+కొని
⑫+కొంటూ
⑬+కోక, కోకుండా
⑭+కొంటే
⑮+కొన్నా
⑯+కొన్న
⑰+కొనే
⑱+కొంటున్న
⑲+కోని

(18) **చచ్చు** 死ぬ

①చద్దాం
②చావు
③చావకు
④చచ్చాను {చచ్చింది / చచ్చినది}
⑤చావలేదు
⑥చస్తాను {చస్తుంది}
⑦చావను
⑧చస్తున్నాను
{చాస్తూంది / చాస్తున్నది}
⑨చావటం
⑩చావన్ / చావ
⑪చచ్చి
⑫చస్తూ
⑬చావక, చావకుండా
⑭చస్తే
⑮చచ్చినా
⑯చచ్చిన
⑰చచ్చే
⑱చస్తున్న
⑲చావని

(19) **చూచు** 見る
①చూద్దాం
②చూడు
③చూడకు
④చూశాను {చూసింది / చూసినది}
⑤చూడలేదు
⑥చూస్తాను, చూస్తుంది
⑦చూడను
⑧చూస్తున్నాను
{చూస్తూంది / చూస్తున్నది}
⑨చూడటం
⑩చూడన్ / చూడ
⑪చూసి / చూచి
⑫చూస్తూ
⑬చూడక, చూడకుండా
⑭చూస్తే
⑮చూసినా / చూచినా
⑯చూసిన / చూచిన
⑰చూసే / చూచే
⑱చూస్తున్న
⑲చూడని

(20) **తన్ను** 蹴る
①తందాం
②తన్ను
③తన్నకు
④తన్నాను {తంది / తన్నది}
⑤తన్నలేదు
⑥తంతాను, తంతుంది
⑦తన్నను
⑧తంతున్నాను
{తంతూంది / తంతున్నది}
⑨తన్నటం
⑩తన్నన్ / తన్న
⑪తన్ని
⑫తంతూ
⑬తన్నక, తన్నకుండా
⑭తంతే
⑮తన్నినా
⑯తన్నిన
⑰తన్నే
⑱తంతున్న
⑲తన్నని

(21) **తెచ్చు** 運ぶ
①తెద్దాం
②తే(తేండి, తెండి)
③తేకు, తేవకు
④తెచ్చాను {తెచ్చింది / తెచ్చినది}
⑤తేవలేదు, తేలేదు
⑥తెస్తాను {తెస్తుంది}
⑦తేను
⑧తెస్తున్నాను
{తెస్తూంది / తెస్తున్నది}
⑨తేవటం
⑩తేన్ / తే
⑪తెచ్చి
⑫తెస్తూ
⑬తేక, తేకుండా
⑭తెస్తే
⑮తెచ్చినా
⑯తెచ్చిన
⑰తెచ్చే
⑱తెస్తున్న
⑲తేని

(22) **నిలుచు / నుంచును** 立つ
①నిలుచుందాం / నుంచుందాం
②నిలుచో / నుంచో
③నిలుచోకు / నుంచోకు
④నిలుచున్నాను / నుంచున్నాను
{నిలుచుంది / నిలుచున్నది /
నుంచుంది / నుంచున్నది}
⑤నిలుచోలేదు / నుంచోలేదు
⑥నిలుచుంటాను / నుంచుంటాను
{నిలుచుంటుంది / నుంచుంటుంది}
⑦నిలుచోను / నుంచోను
⑧నిలుచుంటున్నాను / నుంచుంటున్నాను
{నిలుచుంటూంది / నుంచుంటున్నది}
⑨నిలుచోటం / నుంచోటం
⑩నిలుచోన్ / నిలుచో
⑪నిలుచొని / నిలుచుని /
నుంచొని / నుంచుని
⑫నిలుచుంటూ / నుంచుచుంటూ
⑬నిలుచోక / నుంచోక,
నిలుచోకుండా / నుంచోకుండా
⑭నిలుచుంటే / నుంచుంటే
⑮నిలుచున్నా / నుంచున్నా
⑯నిలుచొన్న / నిలుచున్న /
నుంచొన్న / నుంచున్న
⑰నిలుచొనే / నిలుచునే /
నుంచొనే / నుంచునే
⑱నిలుచుంటున్న / నుంచుంటున్న
⑲నిలుచోని / నుంచోని

(23) **(+)పడు** 落ちる，～に陥る

①పడుదాం
②పడు
③పడకు
④పడ్డాను {పడింది / పడినది}
⑤పడలేదు
⑥పడుతాను {పడుతుంది}
⑦పడను
⑧పడుతున్నాను
{పడుతూంది / పడుతున్నది }
⑨పడటం
⑩పడన్ / పడ
⑪పడి
⑫పడుతూ
⑬పడక, పడకుండా
⑭పడితే
⑮పడినా / పడ్డా
⑯పడిన / పడ్డ
⑰పడే
⑱పడుతున్న
⑲పడని

(24) **(+)పోవు**
行く，～してしまう

①పోదాం
②పో(పొండి)
③పోకు
④పోయాను {పోయింది / పోయినది}
⑤పోలేదు
⑥పోతాను, పోతుంది
⑦పోను
⑧పోతున్నాను
{పోతూంది / పోతున్నది}
⑨పోవటం
⑩పోన్ / పో
⑪పోయి
⑫పోతూ
⑬పోక, పోకుండా
⑭పోతే
⑮పోయినా / పొయినా
⑯పోయిన / పొయిన
⑰పోయే / పొయ్యే
⑱పోతున్న
⑲పోని

(25) **లే** ない

⑦లేను

⑬లేక, లేకుండా

⑲లేని

(26) **లేచు** 起きる

①లేద్దాం

②లే(లెండి)

③లేవకు

④లేచాను {లేచింది / లేచినది}

⑤లేవలేదు

⑥లేస్తాను {లేస్తుంది}

⑦లేవను

⑧లేస్తున్నాను {లేస్తూంది / లేస్తున్నది}

⑨లేవటం

⑩లేవన్ / లేవ

⑪లేచి

⑫లేస్తూ

⑬లేవక, లేవకుండా

⑭లేస్తే

⑮లేచినా

⑯లేచిన

⑰లేచే

⑱లేస్తున్న

⑲లేవని

(27) **వచ్చు** 来る

①వద్దాం
②రా(రాండి, రండి)
③రాకు
④వచ్చాను {వచ్చింది / వచ్చినది}
⑤రాలేదు
⑥వస్తాను {వస్తుంది}
⑦రాను
⑧వస్తున్నాను {వస్తూంది / వస్తున్నది}
⑨రావటం
⑩రాన్ / రా
⑪వచ్చి
⑫వస్తూ
⑬రాక, రాకుండా
⑭వస్తే
⑮వచ్చినా
⑯వచ్చిన
⑰వచ్చే
⑱వస్తున్న
⑲రాని

(28) **వెళ్లు** 行く

①వెళ్దాం
②వెళ్లు
③వెళ్లకు
④వెళ్లాను {వెళ్లింది / వెళ్లినది}
⑤వెళ్లలేదు
⑥వెళ్తాను {వెళ్తుంది}
⑦వెళ్లను
⑧వెళ్తున్నాను {వెళ్తూంది / వెళ్తున్నది}
⑨వెళ్లటం
⑩వెళ్లన్ / వెళ్ల
⑪వెళ్లి
⑫వెళ్తూ
⑬వెళ్లక, వెళ్లకుండా
⑭వెళ్తే
⑮వెళ్లినా
⑯వెళ్లిన
⑰వెళ్లే
⑱వెళ్తున్న
⑲వెళ్లని

第3部　語彙集

అ

అ a 後 ～で

అంట, అట aṃṭa, aṭa 接辞 ～だそうだ（伝聞語尾）

అంటే aṃṭē 接続 もし～なら；～と言えば；それなら；つまり 接辞 ～ということは；～だなんて

అండి aṃḍi 接辞 ～です（丁寧語尾）

అంత aṃta 名 それ（あれ）くらい 形 それ（あれ）くらいの

అంతంత aṃtaṃta 形 それほどの；あれほどの

అంతటి → అంత の斜格

అంతమట్టుకు aṃtamaṭṭuku 副 それ（あれ）まで 接辞 ～する限り

అంతవరకు aṃtawaraku 副 それ（あれ）まで 接辞 ～する限り

అంతా aṃtā 名 全部

అంతే aṃtē 形 それだけ
★అంతే కాకుండా それだけでなく

అందంగా aṃdaṃgā 副 きれいで美しく；かわいく

అందమైన aṃdamaina 形 きれいな；美しい；かわいい

అందరికీ → అందరూ の与格

అందరు aṃdaru 名 それだけの数の人々

అందరూ aṃdarū 名 皆

అందుకని aṃdukani 接続 だから；したがって

అందుకు aṃduku 接続 だから；したがって 接辞 ～するので

అందువల్ల aṃduwalla 接続 だから；したがって 接辞 ～するので

అక్క akka 名 姉；母の姉妹の娘または父の兄弟の娘で、自分から見て年上の従姉

అక్కడ akkaḍa 名（あ）そこ 副（あ）そこに ★అక్కడక్కడ 副 あちこちに

అక్కర akkara 名 必要 接辞 ～する必要（はない）

అక్షరం akṣaraṃ 名 文字

అక్షరాలు → అక్షరం の複数形

అచ్చు → వచ్చు

అట → అంట

అటు aṭu 副 そちら（あちら）；そっち（あっち）

అట్టు, అట్లు, అట్టుగా, అట్లుగా aṭṭu, aṭlu, aṭṭugā, aṭlugā 接辞 ～するとおりに；～のように；～だと（いうこと）

అట్లా → అలా

అట్లు → అట్టు

అడవి aḍawi 名 森

అడుగు aḍugu 動 尋ねる；頼む；要求する；様子を聞く

అతడు ataḍu 代 その(あの)男；彼

అతని → అతను の斜格

అతనికి → అతను の与格

అతను atanu 代 その(あの)男性；彼

అతన్ని → అతను の対格

అతిథి atithi 名 客人

అతిథులు → అతిథి の複数形

అత్త, అత్తగారు atta, attagāru 名 姑；父方のおば；母方のおじの妻

అది adi 代 それ(あれ)；その(あの)女(の子)；それ(あれ)を；その(あの)女(の子)を

అదుగో adugō 間 ほらあそこ

అద్దం addaṃ 名 鏡

అద్దు → వద్దు

అధికారి adhikāri 名 官僚；役人

అధికార్లు → అధికారి の複数形

అధ్యక్షుడు adhyakṣuḍu 名 議長；組織の長(男)

అనగా anagā 接辞 〜だというときに ★అనగాఅనగా, అనగనగా 昔々

అనవసరం anawasaraṃ 名 不必要

అనాథశరణాలయం anāthaśaraṇālayaṃ 名 孤児院

అని ani 接続 〜だと

అనిపించు anipiṃcu 動 思わせる；思われる；思える

అనిపించుకొను anipiṃcukonu 動 自分で思う

అను anu 動 言う

అను → అనే

అనుకొను anukonu 動 思う；考える

అనుకో anukō 接続 もし〜だとしたら

అనుమతి anumati 名 許可

అనుమానంగా anumānaṃgā 副 疑わしく；怪しく

అనే, అను, అని anē, anu, ani 接続 〜という

అన్న anna 名 兄；母方のおばの息子または父方のおじの息子で、自分から見て年上の従兄

అన్నం annaṃ 名 米飯；ご飯

అన్నమాట annamāṭa 接辞 〜ということだ(断定語尾)

అన్నా annā 接続 〜と言っても；たとえ〜しても

అన్ని anni 名 それ(あれ)くらい

形 それ(あれ)くらいの
అన్నిటి → అన్ని の斜格
అన్నీ annī 名 全部
అప్పటి → అప్పుడు の斜格
అప్పటికప్పుడు appaṭikappuḍu 副 すぐに
అప్పటికి appaṭiki 副 その時までに 接辞 ～する時までに
అప్పటికీ appaṭikī 副 その時ですら；その時でも 接辞 ～なのに
అప్పు appu 名 借金；借り入れ
అప్పుడప్పుడు appuḍappuḍu 副 時々 ★అప్పుడప్పుడే ちょうどその時に
అప్పుడల్లా appuḍallā 接辞 ～の時はいつも
అప్పుడు appuḍu 名 その(あの)時 副 その(あの)時に 接辞 ～の時に
అప్పుడెప్పుడో appuḍeppuḍō 副 ずっと昔に
అబ్బా abbā 間 おっと！；あれまぁ！
అబ్బాయి abbāyi 名 男の子；息子
అబ్బో abbō 間 へぇ～！
అభ్యంతరం abhyaṃtaraṃ 名 反対；抵抗
అమరావతి amarāwati 地 アマラーヴァティ
అమర్త్య amartya 形 不死の
అమ్మ, అమ్మా amma, ammā 名 母；母方のおば 間 母さん；お嬢ちゃん；奥さん；おばさん；ああ！
అమ్మమ్మ ammamma 名 母方の祖母
అమ్మయ్య ammayya 間 よっこらしょ！
అమ్మవారు ammawāru 名 村の女神；地母神；疱瘡
అమ్మానాన్నలు ammānānnalu 名 両親
అమ్మాయి ammāyi 名 女の子；娘
అమ్మో ammō 間 へえ～！；うわぁ！
అయితే, ఐతే ayitē, aitē 接続 もし～なら；それなら；つまり
అయినా, ఐనా ayinā, ainā 接続 たとえ～でも；それでも；でも
అయిపోవు ayipōwu 動 終わる；なくなる；なくなってしまう；終わってしまう
అయ్యో ayyō 間 あれまぁ！；あらら！
అర ara 名 半分；2分の1 形 半分の；2分の1の
అరటి araṭi 形 バナナの

అరవై arawai [数] 60 [形] 60の

అరుణ aruṇa [名] 日の出の際の空の茜色

అరుణోదయం aruṇōdayaṃ [名] 日の出

అరే arē [間] な～んだ！；あれれ！

అర్థం arthaṃ [名] 意味 ★అర్థం అవు [動] わかる；理解する

అర్ధం ardhaṃ [名] 半分；２分の１

అలవాటు alawāṭu [名] 習慣；慣れ

అలా, అట్లా alā, aṭlā [名] その（あの）よう [副] その（あの）ように

అలాంటి → అలా の斜格

అలాగా alāgā [間] そうですか！

అలాగే alāgē [間] その通りに！；了解！

అలాటి → అలా の斜格

అలిసిపోవు alisipōwu [動] 疲れる

అల్లారుముద్దుగా allārumuddugā [副] かわいがって

అల్లుడు alluḍu [名] 娘婿

అల్లుళ్లు → అల్లుడు の複数形

అవతరించు awatariṃcu [動] 生まれ変わる；変身する；化身となる

అవసరం awasaraṃ [名] 必要 [接辞] ～する必要（はない）

అవసరంగా awasaraṃgā [副] 必要で

అవసరమైన awasaramaina [形] 必要な

అవి awi [代] それ（あれ）ら；それ（あれ）らを

అవు awu [動] なる；終わる

అవును awunu [間] はい

అసలు asalu [副] まったく（～ない）

అస్సలాం assalāṃ [間]（主にムスリムの間で）こんにちは；おはよう；こんばんは

అహాఁ ahã [間] いいえ

ఆ

ఆ ā [形] あの [接辞] ～か？（疑問文末）

ఆఁ ã [間] ええ

ఆంధ్ర āṃdhra [固] アーンドラ地方；テルグ語（古語）
★ఆంధ్రప్రదేశ్ アーンドラ・プラデーシュ州（1956年～）
★ఆంధ్ర మహాభారతం アーンドラ・マハーバーラタム（テルグ語版の叙事詩マハーバーラタ）
★ఆంధ్ర రాష్ట్రం アーンドラ州（1953～56年）
★ఆంధ్రోద్యమం アーンドラ運動

ఆంధ్రుడు āṃdhruḍu [名] アーンドラ人（男）

ఆంధ్రులు → ఆంధ్రుడు の複数形

ఆక āka 接続 ～した後
ఆకలి ākali 名 空腹 ★ఆకలివేయు 動 お腹がすく
ఆకాశం ākāśaṃ 名 空
ఆకాశాన్ని → ఆకాశం の対格
ఆకు āku 名 葉
ఆగు āgu 動 止める；止まる
ఆచూకీ ācūkī 名 居所
ఆట āṭa 名 遊び；ゲーム
ఆడ āḍa 形 女の
ఆడది āḍadi 名 女
ఆడదాన్ని → ఆడది の対格
ఆడపిల్ల āḍapilla 名 少女
ఆడవాళ్లు, ఆడవారు → ఆడది の複数形
ఆడు āḍu 動 する；演じる；遊ぶ
ఆదివారం ādiwāraṃ 名 日曜日
ఆధునిక ādhunika 形 現代の；近代の
ఆనందంగా ānaṃdaṃgā 副 喜ばしく；嬉しく
ఆమె āme 代 その（あの）女性（の）；彼女（の）
ఆమెకి → ఆమె の与格
ఆమెని → ఆమె の対格
ఆయన āyana 代 その（あの）男性（の）；彼（の）
ఆయనకి → ఆయన の与格
ఆయన్ని → ఆయన の対格
ఆరంభం ārambhaṃ 名 開始
ఆరంభించు ārambhiṃcu 動 始める；始まる
ఆరు āru 数 6 形 6の ★ఆరుగురు 6人
ఆరోగ్యం ārōgyaṃ 名 健康
ఆలయం ālayaṃ 名 家
ఆలాపన ālāpana 名 前奏
ఆలి, వాలి āli, wāli 助 ～する必要がある；～しなければならない ★ఆలని/వాలని ఉండు ～したい ★ఆలని/వాలని లేదు ～したくない ★ఆల్సి/వాల్సి ఉండు ～しなければならない；～する必要がある
★ఆల్సి/వాల్సి వచ్చు ～しなければならなくなる；～する必要になる ★ఆల్సింది/వాల్సింది ～するべきだったのに；～すればよかったのに
ఆలోచించు ālōciṃcu 動 考える
ఆవకాయి, ఆవకాయ āwakāyi, āwakāya 名 マンゴーピクルス
ఆవిడ āwiḍa 代 その（あの）女性（の）；彼女（の）
ఆవిడకి → ఆవిడ の与格
ఆవిణ్ణి → ఆవిడ の対格

ఆవు āwu 名 牝牛
ఆశ్చర్యం āścaryaṃ 名 驚き
★ఆశ్చర్యపోవు 動 驚く
ఆహాఁ āhā 間 いいえ

ఇ

ఇంకా iṃkā 副 まだ；もっと
ఇంకొంచెం iṃkoṃceṃ 副 もう少し
ఇంట iṃṭa 名 部分；時間
ఇంటి → ఇల్లు, ఇంట の斜格
ఇంటిపేరు iṃṭipēru 名 姓；名字
ఇండియా iṃḍiyā 固 インディア；インド
ఇంత iṃta 名 これだけ 形 これだけの
ఇంతకుముందు iṃtakumuṃdu 副 以前に
ఇంతటి → ఇంత の斜格
ఇక్కడ ikkaḍa 名 ここ 副 ここに
ఇచ్చు iccu 動 あげる；くれる；渡す；やる 助 ～させてやる
ఇటు iṭu 副 こちら；こっち
ఇటువంటి iṭuwaṃṭi 形 このような
ఇట్లా → ఇలా
ఇతడు itaḍu 代 この男；彼
ఇతని → ఇతను の斜格
ఇతనికి → ఇతను の与格
ఇతను itanu 代 この男性；彼
ఇతన్ని → ఇతను の対格
ఇది idi 代 これ；この女(の子)；これを；この女(の子)を
ఇదిగో, ఇదుగో, ఇవిగో idigō, idugō, iwigō 間 どうぞ
ఇద్దరు iddaru 名 2人
ఇన్ని inni 名 このくらい 形 このくらいの
ఇన్నిటి → ఇన్ని の斜格
ఇప్పటి → ఇప్పుడు の斜格
ఇప్పుడప్పుడే ippuḍappuḍē 副 間もなく
ఇప్పుడిప్పుడు ippuḍippuḍu 副 このごろ；最近
ఇప్పుడిప్పుడే ippuḍippuḍē 副 たった今
ఇప్పుడు ippuḍu 名 今；現在 副 今；現在
ఇరవై irawai 数 20 形 20の
ఇరుగుపొరుగువాళ్లు iruguporuguwāḷḷu 名 近所の人々
ఇలా, ఇట్లా ilā, iṭlā 名 このよう 副 このように
ఇలాంటి → ఇలా の斜格
ఇలాటి → ఇలా の斜格
ఇల్లాలు illālu 名 主婦；専業主婦
ఇల్లు illu 名 家
ఇళ్లు → ఇల్లు の複数形

ఇవాళ → ఈవాళ
ఇవి iwi 代 これら(を)
ఇవిగో → ఇదిగో
ఇవ్వ → ఇచ్చు の不定詞・語幹
ఇవ్వాళ → ఈవాళ
ఇవ్వు → ఇచ్చు の命令形
ఇష్టం iṣṭaṃ 名 好み ★మీ ఇష్టం お好きにどうぞ
ఇస్త్రీ istrī 名 アイロン ★ఇస్త్రీచేయు 動 アイロンがけをする

ఈ

ఈ ī 形 この
ఈత īta 名 水泳
★ఈతకొట్టు 動 泳ぐ
ఈదు īdu 動 泳ぐ
ఈనాడు īnāḍu 名 今日
ఈమధ్య īmadhya 名 最近
ఈమె īme 代 この女性(の);彼女(の)
ఈమెకి → ఈమె の与格
ఈమెని → ఈమె の対格
ఈయన īyana 代 この男性(の);彼(の)
ఈయనకి → ఈయన の与格
ఈయన్ని → ఈయన の対格
ఈరోజు īrōju 名 今日;本日
ఈవాళ, ఈవాళ్ల, ఈవ్వాళ, ఇవాళ, ఇవ్వాళ īwāḷa, īwāḷla, īwwāḷa, iwāḷa, iwwāḷa 名 今日;本日
ఈవిడ īwiḍa 代 この女性(の);彼女(の)
ఈవిడకి → ఈవిడ の与格
ఈవిణ్ణి → ఈవిడ の対格

ఉ

ఉంచు uṃcu 動 置く
ఉంచుకొను uṃcukonu 動 保つ;維持する;しまっておく
ఉంగరం uṃgaraṃ 名 指輪
ఉంటాను uṃṭānu 間 さようなら
ఉండు uṃḍu 動 いる;ある
助 ~してしまう;~になってしまう;ずっと~してしまう
ఉగాది ugādi 固 ウガーディ(テルグ正月)
ఉట్టి uṭṭi 名 天井からつり下げる丸底の土壺
ఉడుకు uḍuku 動 茹でる
★ఉడికీ ఉడకని 副 半茹でで
ఉతుకు utuku 動 洗う;洗濯する
ఉత్తరం uttaraṃ 名 手紙
ఉత్సవం utsawaṃ 名 祭
ఉదయం udayaṃ 名 朝
ఉద్యమం udyamaṃ 名 政治運動
ఉద్యోగం udyōgaṃ 名 仕事;職業

ఉపయోగపడు upayōgapaḍu 動 役に立つ
ఉప్పు uppu 名 塩
ఉప్మా upmā 名 ウップマー(軽食)
ఉయ్యాల uyyāla 名 揺りかご
ఉర్దూ urdū 固 ウルドゥー語
ఉహూఁ uhū 間 いいえ！

ఊ

ఊతప్పం ūtappaṃ 名 ウータッパム(軽食)
ఊరికే ūrikē 間 ただ；理由なく
ఊరు ūru 名 村；実家；故郷
ఊరుకొను ūrukonu 動 黙る
ఊళ్లు → ఊరు の複数形

ఎ

ఎండ eṃḍa 名 暑さ；日光
ఎండకాలం, ఎండాకాలం eṃḍakālaṃ, eṃḍākālaṃ 名 乾期；夏
ఎండిపోవు eṃḍipōwu 動 涸れる；干上がる
ఎంత eṃta 疑 いくら；どのくらい
★ఎంతమంది 代 何人
ఎంతటి → ఎంత の斜格
ఎంతో eṃtō 形 とても多くの
★ఎంతో కొంత いくらかの
ఎందరు eṃdaru 疑 何人
ఎందరో eṃdarō 形 大勢の
★ఎందరో కొందరు 何人か
ఎందుకంటే eṃdukaṃṭē 接続 なぜなら
ఎందుకు eṃduku 疑 なぜ
★ఎందుకూ 副 どうしても(～ない)
ఎందుకో eṃdukō 副 なぜだか
★ఎందుకో ఒకందుకు なぜだか
ఎందుచేత eṃducēta 疑 どうして；どういうわけで；何のために
ఎక్కడ ekkaḍa 疑 どこ
★ఎక్కడా 副 どこにも(～ない)
ఎక్కడో ekkaḍō 副 どこかで
★ఎక్కడో ఒకచోట どこかで
ఎక్కు ekku 動 登る；乗る
ఎక్కువ ekkuwa 名 多さ；余分 形 多い；余計な
ఎక్కువగా ekkuwagā 副 多く；余計に
ఎటు eṭu 疑 どっち
★ఎటూ 副 どちらも(～ない)
ఎటో eṭō 副 どちらか
★ఎటో ఒకవైపు どこかの方向
ఎట్లా → ఎలా
ఎడమ eḍama 名 左
ఎడ్లు → ఎద్దు の複数形

ఎదటి → ఎదురు の斜格

ఎదుట eduṭa [名] 前；反対側 [後] ～の前；～の反対

ఎదుటి → ఎదురు, ఎదుట の斜格

ఎదురు eduru [名] 前；反対側；向こう

ఎదురుచూచు edurucūcu [動] 首を長くして待つ

ఎద్దు eddu [名] 雄牛

ఎన్ టీ ఆర్ en ṭī ār [人] 映画俳優 N.T.ラーマラオ

ఎనభై enabhai [数] 80　[形] 80の

ఎనిమిది enimidi [数] 8 [形] 8の
★ఎనిమిదిమంది 8人

ఎన్ని enni [疑] いくつ

ఎన్నిటి → ఎన్ని の斜格

ఎన్నో ennō [形] とても多くの
[疑] 第何の（序数）
★ఎన్నో కొన్ని いくつかの

ఎప్పటి → ఎప్పుడు の斜格

ఎప్పటికప్పుడు eppaṭikappuḍu [副] 時々

ఎప్పుడు eppuḍu [疑] いつ
★ఎప్పుడూ [副] いつも

ఎప్పుడైనా eppuḍainā [副] いつでも

ఎప్పుడో eppuḍō [副] いつか
★ఎప్పుడో ఒకప్పుడు いつかある時

ఎరుపు erupu [名] 赤い色

ఎలా, ఎట్లా elā, eṭlā [疑] どのように

ఎలాంటి → ఎలా の斜格

ఎలాగా elāgā [疑] どのように

ఎలాగో, ఎట్లాగో elāgō, eṭlāgō [副] どうにか ★ఎలాగో ఒకలాగా どうにかこうにか

ఎలాటి → ఎలా の斜格

ఎల్లుండి ellumḍi [名] 明後日

ఎవడు ewaḍu [疑] 誰（男）

ఎవతె ewate [疑] 誰（女）

ఎవరి → ఎవరు の斜格

ఎవరికి → ఎవరు の与格

ఎవరిని → ఎవరు の対格

ఎవరు ewaru [疑] 誰
★ఎవరెవరు 誰々
★ఎవరూ [副] 誰も（～ない）

ఎవరో ewarō [代] 誰か
★ఎవరో ఒకరు 誰かひとり

ఏ

ఏ ē [疑] どの；何の [接辞] ～こそ（強調）

ఏం → ఏమిటి

ఏడు ēḍu [名] 年 [数] 7 [形] 7の
★ఏడుగురు 7人

ఏడ్చు ēḍcu [動] 泣く

ఏది ēdi [疑] どれ

★ఏదీ 代 どれも(〜ない)
ఏదో ēdō 代 どれか
★ఏదో ఒకటి どれかひとつ
ఏనుగు ēnugu 名 象
ఏభై ēbhai 数 50 形 50の
ఏమండి ēmamḍi 間 あの、すみませんが
ఏమి → ఏమిటి
ఏమిటి, ఏమి, ఏం ēmiṭi, ēmi, ēṃ 疑 何(の・を)
★ఏమీ 代 何も(〜ない)
ఏమిటో ēmiṭō 代 何かしら 間 〜かも;何かしら
★ఏమిటో ఒకటి 何かひとつ
ఏమో ēmō 間 〜かも;何かしら
ఏర్పడు ērpaḍu 動 編成する;形成する
ఏర్పాటు ērpāṭu 名 編成;形成
ఏళ్లు → ఏడు の複数形
ఏవి ēwi 疑 どれ(を)
★ఏవీ 代 どれも(〜ない)
ఏవో ēwō 代 どれか
★ఏవో కొన్ని どれかいくつか

ఐ

ఐతే → అయితే
ఐదు aidu 数 5 形 5の
★ఐదుగురు 5人
ఐనసంబంధం ainasaṃbaṃdhaṃ 名 交叉いとこ;または交叉のおじと姪の関係
ఐనా → అయినా

ఒ

ఒంటి → ఒకటి
ఒంటి → ఒళ్లు の斜格
ఒక, ఒక్క oka, okka 形 ひとつの;1の ★ఒక్కొక్క 名 ひとつひとつ
ఒకందుకు okaṃduku 副 ある理由で
ఒకటవ okaṭawa 形 第1の
ఒకటి okaṭi 数 ひとつ;1
★ఒంటరి 名 ひとり
ఒకడు okaḍu 名 ひとりの男;ある男
ఒకతె, ఒకరై okate, okarai 名 ひとりの女;ある女
ఒకరు okaru 名 ひとり;ある人
★ఒకరొకరు 1人1人
ఒకరై → ఒకతె
ఒకలాగా okalāgā 副 ある種のように
ఒక్క → ఒక
ఒక్కసారిగా okkasārigā 副 同時に
ఒడ్డు oḍḍu 名 岸;土手;端

ఒత్తు → వత్తు

ఒప్పుకొను oppukonu 動 同意する；納得する

ఒరేయి orēyi 間 お～い！

ఒళ్లు oḷlu 名 身体

ఓ

ఓ ō 形 ある；多くの 接辞 第～(序数語尾) 接続 ～かどうか

ఓదార్చు ōdārcu 動 なだめる；なぐさめる

ఓహో ōhō 間 ほう！；なるほど！；そうか！

క

కంచం kaṃcaṃ 名 金属製の皿；プレート

కంటి → కన్ను の斜格

కంటె kaṃṭe 後 ～よりも

కంసాలి kaṃsāli 名 金細工師

కచేరీ kacērī 名 演奏会；コンサート；リサイタル

కట్టించు kaṭṭiṃcu 動 くっつける；取り付ける；結ぶ；建てさせる ★కట్టించుకొను 自分のために建ててもらう

కట్టు kaṭṭu 動 建てる ★కట్టుకొను 自分で建てる；着る

కడిగిపెట్టు kaḍigipeṭṭu 動 洗っておく

కడుగు kaḍugu 動 洗う ★కడుగుకొను, కడుక్కొను 自分で洗う

కడుపు kaḍupu 名 腹

కథ katha 名 話；物語

కదం kadaṃ 名 一歩

కదా, కదూ, గదా, గదూ kadā, kadū, gadā, gadū 接辞 ～でしょう(か)？(付加疑問・念押し)

కదూ → కదా

కనక, కనుక, గనక, గనుక kanaka, kanuka, ganaka, ganuka 接続 だから

కనబడు kanabaḍu 動 目に入る；見える

కనిపించు kanipiṃcu 動 見つける

కనీసం kanīsaṃ 副 少なくとも

కను kanu 動 見る

కనుక → కనక

కనుకొను konukonu 動 見分ける；発見する；わかる

కన్న kanna 形 自分の 後 ～よりも

కన్ను kannu 名 目

కన్నుమూయు kannumūyu 動 亡くなる

కప్ప kappa 名 蛙

కప్పు kappu 動 覆う；被る
కబుర్లు kaburlu 名 話題
కరుచు, కరచు karucu, karacu 動 咬む；食いつく
కల, గల → కలుగు の過去連体分詞
కలం kalaṃ 名 ペン
కలంకారి kalaṃkāri 名 カラムカーリ（民芸絵画）
కలకండ kalakaṃḍa 名 飴
కలానికి → కలం の与格
కలియు, కలయు kaliyu, kalayu 動 会う
కలుగు, గలుగు kalugu, galugu 動 ある；存在する；発生する；起こる 助 〜できる・する用意がある
కలుసుకొను kalusukonu 動 互いに会う
కళ kaḷa 名 芸術
కళ్లు → కన్ను の複数形
కవి kawi 名 詩人
కష్టం kaṣṭaṃ 名 困難；難解 形 難しい；困難な
కష్టంగా kaṣṭaṃgā 副 難しく
కష్టమైన kaṣṭamaina 形 難しい；困難な
కష్టాలు → కష్టం の複数形
కా kā 形 僅かの 少しの 動 కా → అవు の語幹・不定詞・命令形
కాకతీయ kākatīya 固 カーカティーヤ朝（12〜14 世紀）
కాకి kāki 名 カラス
కాకుండా kākuṃḍā 後 〜だけでなく
కాగితం kāgitaṃ 名 紙
కాచు kācu 動 守る；世話をする；面倒を見る；熱する
కాదు, కాను, కాము, కావు, కారు, కాడు kādu, kānu, kāmu, kāwu, kāru, kāḍu 間 いいえ 動 〜ではない
కాని, కానీ, గాని, గానీ kāni, kānī, gāni, gānī 接続 しかし；でも 接辞 〜しなければ
కానీ → కాని
కాబట్టి kābaṭṭi 接続 だから
కాయ kāya 名 未熟な果実；野菜
కారం kāraṃ 名 辛さ；粉末赤唐辛子 形 辛い
కారంగా kāraṃgā 副 辛く
కారమైన kāramaina 形 辛い
కార్మికుడు kārmikuḍu 名 労働者（男）
కార్మికులు → కార్మికుడు の複数形

కాలం kālaṃ 名 時期
కాలానికి → కాలం の与格
కాలు kālu 名 足
కాలువ kāluwa 名 灌漑施設
కాల్చు kālcu 動 燃やす；焼く
కాళ్లు → కాలు の複数形
కావాలి kāwāli 動 必要；欲しい
కాశీ kāśī 地 ヴァーラーナスィー；ベナレス
కాశీయాత్ర kāśīyātra 名 ヴァーラーナスィー(ベナレス)巡礼
కి ki 後 ～に；～へ；～するには
కింద kiṃda 名 下；前 後 ～の下；～の前
కిందటి → కింద の与格
కిరాణాషాప్ kirāṇāṣāp 名 雑貨屋
కిలకిలా kilakilā 副 ニコニコ(笑う様子)
కుంకుమ kuṃkuma 名 クムクム(額に付ける赤い粉)
కుండ kuṃḍa 名 土製の壺
కుక్క kukka 名 犬
కుటుంబం kuṭuṃbaṃ 名 家族
కుట్టించు kuṭṭiṃcu 動 縫わせる
కుట్టు kuṭṭu 動 縫う 名 縫い目
కుడి kuḍi 名 右
కుదురు kuduru 動 かなう；決まる；可能になる；実現する
కుదుర్చు kudurcu 動 直す
కుమారుడు kumāruḍu 名 息子
కుమారులు → కుమారుడు の複数形
కుమ్మరి kummari 名 壺作り職人
కుర్చీ kurcī 名 椅子
కులాసాగా kulāsāgā 副 元気で
కూకూ kūkū 副 カッコーカッコー(カッコーの鳴き声)
కూచమ్మ kūcamma 人 クーチャンマ
కూడదు, గూడదు kūḍadu, gūḍadu 助 ～してはいけない；～するな
కూడా kūḍā 副 ～も
కూతురు kūturu 名 娘
కూర kūra 名 おかず(カレー)
కూరగాయ kūragāya 名 野菜
కూర్చును, కూర్చొను kūrcunu, kūrconu 動 座る；腰掛ける
కూర్పు kūrpu 名 版；刷り；印刷
కూలీ kūlī 名 人夫；日雇い労働者；クーリー
కృతజ్ఞత, కృతజ్ఞతలు kṛtajñata, kṛtajñatalu 間 感謝します 名 感謝
కృతి kṛti 名 曲
కృష్ణ, కృష్ణుడు kṛṣṇa, kṛṣṇuḍu 固 クリシュナ神 人 クリシュナ

కృష్ణదేవరాయలు kṛṣṇadēwarāyalu 人 クリシュナデーヴァラーヤ
కొంచెం komcem 形 少しの；わずかの 副 名 少し；わずか
కొంత komta 形 いくらかの 副 名 いくらか
★కొంతమంది, కొందరు 代 何人か；数人
కొట్టు, గొట్టు koṭṭu, goṭṭu 動 打つ 助 ～してしまう；～する
కొడవలి koḍawali 名 鎌(かま)
కొడవళ్లు → కొడవలి の複数形
కొడుకు koḍuku 名 息子
కొత్త kotta 形 新しい
కొద్దీ koddī 接辞 ～するにつれて；～するほどに
కొను konu 動 買う 接辞 自分で～する（再帰動詞語尾）
★కొనుక్కొను 動 自分で買う
కొన్ని konni 形 いくつかの 名 いくつか
కొబ్బరికాయ kobbarikāya 名 ココナッツ
కొమ్మ komma 名 枝
కొయ్యు → కోయు
కోటి kōṭi 数 1千万 形 1千万の
కోడలు kōḍalu 名 息子の嫁
కోడల్ని → కోడలు の対格
కోడళ్లు → కోడలు の複数形
కోడి kōḍi 名 鶏
కోడిపిల్ల kōḍipilla 名 ヒヨコ
కోడిపుంజు kōḍipumju 名 雄鶏
కోడిపెట్ట kōḍipeṭṭa 名 雌鶏
కోతి kōti 名 猿
కోపం kōpam 名 怒り
★కోపం వచ్చు 動 怒る
★కోపపడు 動 怒る
కోయిల kōyila 名 カッコー
కోయు, కొయ్యు kōyu, koyyu 動 切る；摘む
కోరిక kōrika 名 願い事
కోళ్లు → కోడి の複数形
కోసం kōsam 後 ～のために
కౌ కౌ kau kau 副 カアカア（カラスの鳴き声）
క్యావ్ క్యావ్ kyāw kyāw 副 オギャーオギャー（赤ん坊の泣き声）
క్షణం kṣaṇam 名 瞬間
క్షమించు kṣamimcu 動 許す 間 ごめんなさい；すみません

ఖ

ఖరీదు kharīdu 名 値段
ఖర్చు kharcu 名 消費
ఖాన్ khān 人 カーン
ఖాళీ khāḷī 名 空席；空室；空き

గ

గంట gamṭa 名 時間；1時間

గడియారం gaḍiyāraṃ 名 時計

గడ్డి gaḍḍi 名 草

గణగణా gaṇagaṇā 副 カンカン(鐘などの音)

గణపతిదేవ gaṇapatidēwa 人 ガナパティデーヴァ

గనక → కనక

గబగబ gabagaba 副 さっさと(急ぐ様子)

గర్జించు garjiṃcu 動 うめく；うなる

గల → కలుగు の過去連体分詞

గలగల, గలగలా galagala, galagalā 副 ガチャガチャ(カネなどの鳴る音), ガラガラ(うがいのなどの音)

గలుగు → కలుగు

గా gā 後 ～として 接辞 ～のように(副詞語尾)；～として；～でしょう(付加疑問)；～なのに；～の時にもかかわらず

గాజు gāju 名 腕輪；バングル

గాని gāni 接辞 ～しなければ 接続 → కాని

గానీ → కాని

గానే gānē 接辞 ～するとすぐに

గారు gāru 接辞 ～さん；～様

గారె gāre 名 ガーレ(軽食)

గాలి gāli 名 風

గాలివాన gāliwāna 名 嵐

గిన్నె ginne 名 金属製の食器

గీతం gītaṃ 名 歌；曲；詩

గుడి guḍi 名 ヒンドゥー寺院

గుడ్డ guḍḍa 名 生地；布地

గుడ్డు guḍḍu 名 卵

గుడ్లు → గుడ్డు の複数形

గుణింతం guṇiṃtaṃ 名 子音と母音の結合

గుణింతాలు → గుణింతం の複数形

గురించి guriṃci 後 ～について；～に関して

గురు guru 接辞 ～人(人数語尾)

గురువు guruwu 名 師匠

గుర్తించు gurtiṃcu 動 気づく；認める

గుర్తింపు gurtiṃpu 名 通知

గుర్తు gurtu 名 記憶
★గుర్తుకుతెచ్చు 動 思い出させる ★గుర్తుకువచ్చు 動 思い出す
★గుర్తుచేయు 動 思い出させる
★గుర్తుపట్టు 動 気づく 認める
★గుర్తుపెట్టుకొను 動 記憶に留

めるే

గుర్తుంచు gurtuṃcu 動 記憶にある；憶えている
★గురుతుంచుకొను 心に留める

గుర్తుండు gurtuṃḍu 動 思い出す；憶えている

గుర్రం gurraṃ 名 馬

గుళ్లు → గుడి の複数形

గూడదు → కూడదు

గెలుచు gelucu 動 勝つ

గొట్టు → కొట్టు

గొడవ goḍawa 名 騒ぎ；騒動

గొప్ప goppa 名 偉大 形 偉大な；有名な

గొరుగు gorugu 動 刈る；散髪する

గొర్రె gorre 名 羊

గొలుసు golusu 名 首飾り；ネックレス

గొల్లపాడు gollapāḍu 地 ゴッラパードゥ

గొళ్లెం goḷlem 名 チェーン

గొళ్లేనికి → గొళ్లెం の与格

గోంగూర gōṃgūra 名 ゴーングーラ菜

గోడ gōḍa 名 壁

గోదావరి gōdāwari 固 ゴーダーヴァリ河

గోల్కొండ gōlkoṃḍa 固 ゴールコンダ城

గ్రంథాలయం graṃthālayaṃ 名 図書館；蔵書

గ్రామం grāmaṃ 名 村

గ్రామస్థుడు grāmasthuḍu 名 村人(男)

గ్రామస్థులు → గ్రామస్థుడు の複数形

చ

చందమామ caṃdamāma 固 チャンダマーマ誌

చంపు caṃpu 動 殺す

చక్కగా, చక్కని cakkagā, cakkani 副 きちんと；ちゃんと

చక్కెర cakkera 名 砂糖

చక్రవర్తి cakrawarti 名 皇帝

చచ్చు caccu 動 死ぬ

చదివించు cadiwiṃcu 動 読ませる；勉強させる

చదువు caduwu 名 読書；教育；勉強 動 読む；勉強する
★చదువుకొను 自習する；勉強する；黙読する

చరిత్ర caritra 名 歴史

చలి cali 名 寒さ
★చలివేయు 動 寒がる

చల్ల calla 形 寒い；冷たい
★చల్లచల్ల 肌寒い

చాకలివాడు cākaliwāḍu 名 洗濯人
చాకలివాళ్లు → చాకలివాడు の複数形
చాచు cācu 動 伸ばす
చాటు cāṭu 名 物影；覆い
చారు cāru 名 チャール；ラッサム(料理)
చార్మినార్, చార్మినారు cārminār, cārminaru 固 チャールミナール
చాలా cālā 副 とても
చాలు cālu 間 十分 動 満たす
చిట్టచివర → చివర
చిత్రకళ citrakaḷa 名 絵画
చిన్న cinna 形 小さい
చిన్నమ్మ cinnamma 名 母の妹(おば)
చిరంజీవి ciraṃjīwi 人 映画俳優チランジーヴィ
చిలుక ciluka 名 オウム
చిల్లర cillara 名 小銭；お釣り
చివర ciwara 名 最後
★చిట్టచివర 副 とどの詰まりに
చీకటి cīkaṭi 名 闇
చీర, చీరె cīra, cīre 名 サリー
చీరాల cīrāla 地 チーラーラ
చీరె → చీర
చుట్టూ cuṭṭū 副 周囲一帯に
చూచు cūcu 動 見る；調べる；待つ；会う ★చూసీ చూడక 副 見て見ぬ
చూపించు cūpiṃcu 動 見せる
చూపు cūpu 名 視線；瞳
చూసుకొను cūsukonu 動 自分で見る；面倒をみる；注意する；よく見る
చెట్టు ceṭṭu 名 木
చెట్లు → చెట్టు の複数形
చెడుగుడు ceḍuguḍu 名 カバディ(スポーツ・遊び)
చెప్పు ceppu 動 言う；話す
చెప్పులు ceppulu 名 ぞうり；サンダル
చెయ్యి, చేయి ceyyi, cēyi 名 手；腕
చెరువు ceruwu 名 溜池
చెరిగిపోవు cerigipōwu 動 ちりぢりになる
చెల్లి celli 名 妹
చెల్లెలు cellelu 名 妹；母方のおばか父方のおじの娘で、自分から見て年下の従妹
చెల్లెళ్లు → చెల్లెలు の複数形
చేత cēta 後 〜によって；〜の手で〜のせいで；〜の理由で
చేతి → చెయ్యి の斜格
చేతులు → చెయ్యి の複数形
చేదు cēdu 形 苦い

చేను cēnu 名 畑
చేప cēpa 名 魚
చేయి → చెయ్యి
చేయించు cēyiṃcu 動 作らせる；やらせる
చేయు cēyu 動 する
చేరు cēru 動 着く；到着する
చేలు → చేను の複数形
చేసుకొను cēsukonu 動 自分でする
చోటు cōṭu 名 場所
చోట్లు → చోటు の複数形
చౌకగా caukagā 副 安く
చౌదరి caudari 人 チョウドリ

జ

జడ jaḍa 名 三つ編み
జనం janaṃ 名 人々
జమామసీదు, జమామసీద్ jamāmasīdu, jamāmasīd 固 ジャマー・マスジッド(モスク)
జరీ jarī 名 金糸
జరుగు jarugu 動 起こる；発生する
జరుపు jarupu 動 行う；動かす
జలపాతం jalapātaṃ 名 滝
జలుబు jalubu 名 風邪
జల్లు jallu 動 撒く；振りかける
జవాబు jawābu 名 返信；回答
జాగ్రత్తగా jāgrattagā 副 気をつけて
జాతకం jātakaṃ 名 ホロスコープ
జాతి jāti 名 生まれ；ジャーティー；コミュニティ
జాలరి jālari 名 漁民
జాలర్లు → జాలరి の複数形
జిల్లా jillā 名 県
జీతం jītaṃ 名 給料；賃金
జీవితం jīwitaṃ 名 人生
జుట్టు juṭṭu 名 髪
జ్ఞానం jñānaṃ 名 知識
జ్యోతిష్యుడు jyōtiṣyuḍu 名 占星術師(男)
జ్యోతిష్యుణ్ణి → జ్యోతిష్యుడు の対格
జ్వరం jwaraṃ 名 発熱；熱

ట

టంగుటూరి ప్రకాశం ṭaṃguṭūri prakāśaṃ 人 タングトゥーリ・プラカーシャム(アーンドラ州初代首相)
టిక్ టిక్ ṭik ṭik 副 チックタック(時計の針の音)

డ

డబ్బా ḍabbā 名 入れ物；容器
డబ్బు ḍabbu 名 お金

డెబ్బై ḍebbhai 数 70 形 70 の

త

తండ్రి taṃḍri 名 父

తకతకా takatakā 副 さっさと（急ぐ様子）

తక్కువ takkuwa 名 欠乏；不足；少量 形 少しの；少々；足りないくらいの

తగు tagu 動 適合する；合う

తగ్గ → తగు の過去連体分詞

తగ్గిపోవు taggipōwu 動 減る；おさまる

తట్టుకొను taṭṭukonu 動 耐える；我慢する

తన → తను の斜格

తనకి, తనకు → తను の与格

తనని, తనను → తను の対格

తను, తాను tanu, tānu 代 彼自身；彼女自身

తన్ను tannu 動 蹴る

తప్ప tappa 接辞 〜以外

తప్పకుండా tappakuṃḍā 副 必ず

తప్పు tappu 間 こら！ 名 誤り；間違い；駄目 動 誤る；逃す；避ける ★తప్పదు 必ず〜しなければならない
★తప్పదు మరి 仕方ない

తమ → తమరు, తము の斜格

తమకి, తమకు → తము の与格

తమని, తమను → తము の対格

తమరి, తమ → తమరు の斜格

తమరికి → తమరు の与格

తమరు, తాము tamaru, tāmu
代 あなたさま；あなたさまがた

తమర్ని → తమరు の対格

తము, తాము tamu, tāmu 代 彼ら自身

తమ్ముడు tammuḍu 名 弟；母の姉妹の息子または父の兄弟の息子で、自分から見て年下の従弟

తమ్ముణ్ణి → తమ్ముడు の対格

తయారుచేయు tayārucēyu 動 作る

తర్వాత, తరవాత tarwāta, tarawāta
名 後 後 （〜の）後
接辞 〜した（する）後に

తల tala 名 頭

తలకట్టు talakaṭṭu 名 タラカット；ターバン

తలుపు talupu 名 扉

తల్లి talli 名 母

తల్లితండ్రులు tallitaṃḍlulu 名 両親

తహతహ tahataha 副 いまかいまかと（何かを待ち望む様子）

తాగు tāgu 動 飲む；酒を飲む；煙草を吸う

తాత tāta 名 祖父
తాను → తను
తాము → తమరు, తము
తాలింపు tālimpu 名 テンパリング（熱した油でホールスパイスをはじけさせること）
తిండి timḍi 名 食べ物；食事
తిట్టు tiṭṭu 動 叱る
తినిపించు tinipimcu 動 食べさせる
తిను tinu 動 食べる
తినేయు tinēyu 動 食べてしまう；たいらげる
తిన్నగా tinnagā 副 まっすぐに
తియ్య, తియ్యన tiyya, tiyyana 名 甘さ 形 甘い
తియ్యటి → తియ్య の斜格
తియ్యన → తియ్య
తియ్యని → తియ్య の斜格
తిరిగివచ్చు tirigiwaccu 動 戻ってくる
తిరిగివెళ్లు tirigiweḷlu 動 戻って行く
తిరుగు tirugu 動 回る；動き回る；戻る；動く；退く
తిరుపతి tirupati 地 ティルパティ
తీయు tīyu 動 脱ぐ；取り除く；どける
తీరు tīru 動 必ずする 助 必ず～する
తీర్చు tīrcu 動 精算する；取り除く
తీసుకువెళ్లు tīsukuweḷlu 動 連れて行く
తీసుకొను tīsukonu 動 取る；買う；食べる；得る
తులసి tulasi 人 トゥラシ
తూర్పు tūrpu 名 東
తెగులు tegulu 名 害虫による被害
తెచ్చు teccu 動 持って行く；持って来る；運ぶ
తెనాలి tenāli 地 テナーリ
తెరచు → తెరుచు
తెరుచు, తెరచు terucu, teracu 動 開ける；解く
తెలంగాణ telamgāṇa 地 テランガーナ地方
తెలియదు teliyadu 動 知らない；わからない
తెలియు teliyu 動 わかる；知る
★తెలిసీ తెలియక 副 知ってか知らずか
తెలివైన teliwaina 形 頭の良い；賢い
తెలుగు telugu 固 テルグ語 形 テルグ語の
తెలుపు telupu 動 知らせる；教える
తెలుసు telusu 動 知っている；知

る；わかる ★తెలుసుకొను 自分でわかる；自分で知る；理解する；判明する；明らかになる

తెల్ల tella 名 白 形 白い
★తెల్లవాడు 白人

తెల్లటి → తెల్ల の斜格

తెల్లని → తెల్ల の斜格

తే → తెచ్చు の不定詞・命令形

తేదీ tēdī 名 日付

తొందర toṃdara 名 緊急；急ぎ

తొందరగా toṃdaragā 副 急いで

తొంభై toṃbhai 数 90 形 90の

తొక్కు tokku 動 踏む；踏みしめる

తొమ్మిది tommidi 数 9 形 9の
★తొమ్మిదిమంది 9人

తో tō 後 ～に；～と；～と一緒に；～を使って；～を用いて
接辞 ～したので（同時・理由）

తోట tōṭa 名 庭

తోనూ tōnū 後 ～と一緒に

తోపాటు tōpāṭu 後 ～と一緒に

తోరణం tōraṇaṃ 名 花綱

తోలు tōlu 動 追い出す

త్రోయు, తోయు trōyu, tōyu 動 激しく押す；押し進む

ద

దండ daṃḍa 名 花輪

దంపతులు daṃpatulu 名 夫婦

దక్షిణ dakṣiṇa 形 南の

దగ్గర, దగ్గిర daggara, daggira 名 近場；側 後 ～の近く；～のところ；～のそば ★దగ్గర దగ్గర すぐ近くに

దబదబా dabadabā 副 パタパタ（足音など）

దర్శనం darśanaṃ 名 拝顔；見ること

దాకా dākā 後 ～まで 接辞 ～するまでに

దాచిపెట్టు dācipeṭṭu 動 隠す；しまい込む ★దాచిపెట్టుకొను 自分で隠す；しまい込む

దాచు dācu 動 隠す；しまう

దాని → అది の斜格

దానికి → అది の与格

దాన్ని → అది の対格

దారి dāri 名 道；通り

దింపు diṃpu 動 下ろす

దిక్కు dikku 名 方向；側；救済；避難所

దిగు digu 動 降りる

దీని → ఇది の斜格

దీనికి → ఇది の与格

దీన్ని → ఇది の対格

దీపం dīpaṃ 名 灯明

దీపాలు → దీపం の複数形

దుకాణం dukāṇaṃ 名 商店；店

దూరం dūraṃ 名 遠さ；距離
形 遠い

దూరమైన dūramaina 形 遠い

దెబ్బలాడు debbalāḍu 動 喧嘩する

దేని → ఏది の斜格

దేనికి → ఏది の与格

దేన్ని → ఏది の対格

దేవి dēwi 人 デーヴィ

దేవుడు dēwuḍu 名 神（男）
★దేవుడా 間 神さま！

దేవుణ్ణి → దేవుడు の対格

దేశం dēśaṃ 名 国；地域；地方

దొంగ doṃga 名 泥棒

దొరుకు doruku 動 見つかる；見つける；手に入る

దోమ dōma 名 蚊

దోసె dōse 名 ドーサ（軽食）

ద్వారం dwāraṃ 名 入り口

ద్వారా dwārā 後 〜を通って

ధ

ధగధగ dhagadhaga 副 キラキラ（宝石が光る様子など）

ధన్యవాదం dhanyawādaṃ 名 感謝

ధన్యవాదాలు → ధన్యవాదం の複数形

న

న, ని na, ni 後 〜のところで；〜で

నగర nagara 名 町；市

నచ్చు naccu 動 好き；気に入る

నడుచు naḍucu 動 歩く

నది nadi 名 川；河

నన్ను → నేను の対格

నప్పు nappu 動 合う；適する

నమస్కారం, నమస్కార్, నమస్తే
namaskāraṃ, namaskār, namastē
間 こんにちは；おはよう；こんばんは

నమస్తే → నమస్కారం

నమ్మకం nammakaṃ 名 信用；信心；信仰

నమ్ము nammu 動 信じる

నరసింహ narasiṃha 人 ナラシンハー

నరేంద్ర narēṃdra 人 ナレーンドラ

నలభై nalabhai 数 40　形 40 の

నలుగురు naluguru 名 4 人；周囲の人々

నల్లి nalli 名 南京虫

నల్లులు → నల్లి の複数形

నవ్వు nawwu 名 笑い；笑顔　動 笑う

నా → నేను の斜格

నాంపల్లి nāṃpalli 地 ナーンパッリ
నాకు → నేను の与格
నాగు, నాగుపాము nāgu, nāgupāmu 名 コブラ
నాగుపాము → నాగు
నాగేశ్, నాగేష్ nāgēś, nāgēṣ 人 ナーゲーシュ
నాటు nāṭu 動 蒔く；植える
నాట్యం nāṭyaṃ 名 舞踊
నాడు nāḍu 名 日
నాన్న nānna 名 父；父方のおじ
నాయకుడు nāyakuḍu 名 指導者；戦士
నాయకులు → నాయకుడు の複数形
నయుడు nayaḍu 人 ナーイドゥ
నారు nāru 名 苗；種
నారుమొక్కలు nārumokkalu 名 苗
నాలుగు nālugu 数 4 形 4の
నాళ్లు → నాడు の複数形
నించి, నుంచి niṃci, nuṃci 後 ～から
నిండు niṃḍu 動 満ちる；一杯になる
నిజం nijaṃ 名 真実
నిజంగా nijaṃgā 副 本当に
నిజాం nijāṃ 名 ニザーム(ハイダラーバード国王の称号)
నిద్ర nidra 名 睡眠
★నిద్రపోవు 動 眠る；寝る
★నిద్రవచ్చు 動 眠くなる
నిద్రలేచు nidralēcu 動 起きる；目覚める
నిన్న ninna 名 昨日
నిన్నటి → నిన్న の斜格
నిన్ను → నువ్వు
నిమిషం nimiṣaṃ 名 分
నిమిషాలు → నిమిషం の複数形
నియోగి niyōgi 名 ニヨーギ・バラモン
నిలుచును, నుంచును nilucunu, nuṃcunu 動 立つ；残る；つづく
నివసించు niwasiṃcu 動 住む
నీ → నువ్వు の斜格
నీకు → నువ్వు の与格
నీళ్లు, నీరు nīḷlu, nīru 名 水
నీవు → నువ్వు
నుంచి → నించి
నుయ్యి, నూయి nuyyi, nūyi 名 井戸
నువ్వు, నీవు nuwwu, nīwu 代 おまえ；あんた
నూతి → నుయ్యి の斜格
నూతినీళ్లు nūtinīḷlu 名 井戸水
నూతులు → నుయ్యి の複数形
నూనె nūne 名 油

నూయి → నుయ్యి
నూరు nūru 数 100 形 100 の
నూలు nūlu 名 綿；コットン
నెమలి nemali 名 孔雀
నెమళ్లు → నెమలి の複数形
నెమ్మదిగా nemmadigā 副 ゆっくりと
నెయ్యి, నేయి neyyi, nēyi 名 ギー油
నెల nela 名 ひと月
నేతగాడు nētagāḍu 名 機織人
నేతి → నెయ్యి の斜格
నేను nēnu 代 私
నేయి → నెయ్యి
నేర్చుకొను nērcukonu 動 学ぶ；習う
నేర్పించు nērpiṃcu 動 教える
నొప్పి noppi 名 痛み
నోరు nōru 名 舌

ప

పంచాంగం paṃcāṃgaṃ 名 旧暦
పంచె paṃce 名 パンチェ(男性用腰巻き)
పంట paṃṭa 名 収穫
పంటి → పన్ను の斜格
పండిన paṃḍina 形 熟した
పండు paṃḍu 名 熟した果実；果物 動 熟す
పండుగ paṃḍuga 名 祭り
పండ్లు → పండు の複数形
పంధొమ్మిది paṃdhommidi 数 19 形 19 の
పంపించు paṃpiṃcu 動 送らせる
పంపు paṃpu 動 送る
పక్క pakka 名 隣；側 後 ～の隣；～の側 形 隣の；側の
పగలగొట్టు pagalagoṭṭu 動 割る；壊す
పచ్చ pacca 名 青；緑 形 青い；緑の
పచ్చడి paccaḍi 名 漬け物；即席の和え物；チャトニ
పట్టి, బట్టి paṭṭi, baṭṭi 接辞 ～なので
పట్టు paṭṭu 名 絹 動 掴む；持つ；取り付く
★పట్టుకొను paṭṭukonu 自分で掴む；手に入れる
పడు, బడు paḍu, baḍu 動 落ちる；陥る；時間がかかる 助 ～する；～される；～してしまう
పడుకొను paḍukonu 動 寝る；眠る
పడుకోపెట్టు paḍukōpeṭṭu 動 寝かしつける
పడ్డ → పడు の過去連体分詞
పత్తి patti 名 綿花；コットン
పత్రిక patrika 名 新聞

పద, పదండి pada, padamḍi 間 さあ行こう
పదం padaṃ 名 単語；歌
పదకొండు padakoṃḍu 数 11 形 11の
పదమూడు padamūḍu 数 13 形 13の
పదహారు padahāru 数 16 形 16の
పదాలు → పదం の複数形
పది padi 数 10 形 10の
★పదిమంది 10人
పదిహేడు padihēḍu 数 17 形 17の
పదిహేను padihēnu 数 15 形 15の
పదివేలు padiwēlu 数 1万 形 1万の
పద్ధతి paddhati 名 慣習的儀礼；やり方；様式
పద్ధతులు → పద్ధతి の複数形
పద్ధెనిమిది paddhenimidi 数 18 形 18の
పద్మ padma 人 パドマ
పద్నాలుగు padhnālugu 数 14 形 14の
పని pani 名 仕事；用事；必要 接辞 〜する必要(はない)
పనిఆవిడ → పనిమనిషి の女性形
పనిమనిషి panimaniṣi 名 お手伝いさん
పనిమనుషులు → పనిమనిషి の複数形
పనివాడు → పనిమనిషి の男性形
పన్ను pannu 名 歯；税
పన్నెండు panneṃḍu 数 12 形 12の
పప్పు pappu 名 ダル豆
పరచు → పరుచు
పరవా parawā 名 心配
పరిచయం paricayaṃ 名 紹介
పరీక్ష parīkṣa 名 試験
పరుగులెత్తు paruguletttu 動 走り回る
పరుగెత్తిపోవు parugettipōwu 動 逃走する
పరుచు, పరచు parucu, paracu 動 広げる
పలుకు paluku 名 粒；語
పల్లెటూరు palleṭūru 名 農村
పల్లు pallu 名 サリーの端で肩から下げる部分
పళ్లు → పండు, పన్ను の複数形
పళ్లెం paḷḷeṃ 名 葉；葉皿
పళ్లేన్ని → పళ్లెం の対格
పళ్లేలు → పళ్లెం の複数形
పసుపు pasupu 名 ターメリックの粉
పాట pāṭa 名 歌
పాటు pāṭu 後 〜の期間

పాఠం pāṭhaṃ 名 練習問題
పాడు pāḍu 動 歌う 名 村；地方
పాత pāta 形 古い
పాతిక pātika 名 部分；４分の１
పానీపూరి pānīpūri 名 パーニープーリ（軽食）
పాప pāpa 名 赤ちゃん
పాపం pāpaṃ 間 可哀想に！ 名 罪；哀れ
పాము pāmu 名 蛇
పార pāra 名 鋤（すき）
పారిపోవు pāripōwu 動 逃げる
పాలనం pālanaṃ 名 政府；支配；統治
పాలవాడు pālawāḍu 名 牛乳配達人
పాలించు pāliṃcu 動 統治する；支配する
పాలు pālu 名 牛乳
పాల్గొను pālgonu 動 参加する
పావు pāwu 名 ４分の１
పింజ piṃja 名 綿花；綿糸
పిచిక picika 名 スズメ
పిచుక్ పిచుక్ picuk picuk 副 チュンチュン（スズメの鳴き声）
పిచ్చి picci 名 間 バカ
★పిచ్చిపట్టు 動 バカになる；頭がおかしくなる
పిన్ని pinni 名 母の妹（おば）
పిలుచు pilucu 動 呼ぶ
పిల్ల pilla 名 子供；女の子
పిల్లడు pillaḍu 名 男の子
పిల్లి pilli 名 猫
పుట్టు puṭṭu 動 生む；生まれる
పుత్రుడు putruḍu 名 息子
పులి puli 名 トラ
పులులు → పులి の複数形
పులుసు pulusu 名 プルス（タマリンドを使った汁物料理）；サンバル
పువ్వు, పూవు puwwu, pūwu 名 花
పుష్కరం puṣkaraṃ 固 プシュカラム祭
పుస్తకం pustakaṃ 名 本
పుస్తకాలు → పుస్తకం の複数形
పూజ pūja 名 儀礼；供儀；プージャ
పూతరేకులు pūtarēkulu 名 プータレークル菓子
పూర్తి pūrti 名 完全；完了
★పూర్తిచేయు, పూర్తిఅవు 動 完了する；完成する
పూర్వం pūrwaṃ 名 以前 副 以前に；昔
పూలు → పువ్వు の複数形
పూవు → పువ్వు の複数形
పెంచు peṃcu 動 育てる

పెండ్లి → పెళ్లి の複数形
పెట్టు peṭṭu 動 置く；盛る；入れる出す；上映する；上演する；行う；やる 助 ～してしまう；～しておく；～してしまう
పెట్టె peṭṭe 名 箱
పెదనాన్న pedanānna 名 父の兄（おじ）
పెద్ద pedda 形 大きい
పెరుగు perugu 動 大きくなる；育つ；伸びる 名 ヨーグルト
పెళ్లి, పెండ్లి peḷli, peṃḍli 名 結婚
పెళ్లికూతురు peḷlikūturu 名 花嫁
పెళ్లికొడుకు peḷlikoḍuku 名 花婿
పెళ్లిచూపులు peḷlicūpulu 名 お見合い
పెళ్లిళ్లు → పెళ్లి の複数形
పెసలు pesalu 名 緑豆
పేడ pēḍa 名 牛糞
పేదరికం pēdarikaṃ 名 貧困；貧乏
పేదవాడు pēdawāḍu 名 乞食
పేను pēnu 名 シラミ
పేలు → పేను の複数形
పేరు pēru 名 名前
పేర్లు → పేరు の複数形
పై pai 名 上 後 ～の上 形 上の
పొడి poḍi 名 粉
పొడుగాటి → పొడుగు の斜格
పొడుగు poḍugu 名 長さ；高さ 形 長い；高い
పొద్దున podduna 副 朝に
పొలం polaṃ 名 田畑
పొలానికి → పొలం の与格
పొలిమేర polimēra 名 敷地の境界
పో → పోవు の不定詞・命令形・語幹
పోటీ pōṭī 名 試合
పోయు pōyu 動 注ぐ
పోలిక pōlika 名 類似；相似
పోవు pōwu 動 行く；無くなる；死ぬ 助 ～してしまう；～しておく；～しつつある；～しそう；～する
ప్రకారం prakāraṃ 後 ～によると
ప్రతి prati 形 毎
ప్రదేశ్ pradēṣ 名 州
ప్రపంచం prapaṃcaṃ 名 世界
ప్రభుత్వం prabhutwaṃ 名 政府
ప్రమాదం pramādaṃ 名 災害；事故；災難
ప్రయాణం prayāṇaṃ 名 旅行；行程
ప్రయుక్త prayukta 形 関連の；関係する
ప్రసాదం prasādaṃ 名 供え物を下げた物；御供
ప్రస్తుతం prastutaṃ 名 現在

ప్రస్థానం prasthānaṃ 名 旅立ちの第一歩
ప్రాంతం prāṃtaṃ 名 地域
ప్రాంతాలు → ప్రాంతం の複数形
ప్రేమ prēma 名 愛
ప్రేమించు prēmiṃcu 動 愛す

బ

బంగారం baṃgāraṃ 名 金；黄金
బంగారాలు → బంగారం の複数形
బంగారు baṃgāru 形 金の；黄金の
బండి baṃḍi 名 車両；車輪の付いた運搬車
బందు baṃdu 名 罷業；ストライキ
బట్టలు baṭṭalu 名 衣服
బట్టి → పట్టి
బడి baḍi 名 学校
బడు → పడు
బయలుదేరు bayaludēru 動 出発する
బయిట → బైట
బలవంతం balawaṃtaṃ 名 強制
బల్లి balli 名 ヤモリ
బల్లులు → బల్లి の複数形
బళ్లు → బడి の複数形
బాగా bāgā 副 よく
బాగుండు bāguṃḍu 動 きれいに見える；美味しい味がする；良い感じがする；元気である
బాధపడు bādhapaḍu 動 心配する
బాబు, బాబూ bābu, bābū 名 男の子 人 バーブ 間 お兄さん！；坊や！
బాబోయి bābōyi 間 うわぁ！
బామ్మ bāmma 名 父方の祖母
బావ bāwa 名 姉や妹の夫(義兄・義弟)；夫や妻の弟(小舅)
★బావగారు 夫や妻の兄(小舅)
బియ్యం biyyaṃ 名 米
బిరబిరా birabirā 副 バタバタ(急ぐ様子)
బిర్యాని biryāni 名 ビリヤーニ(料理)
బిర్లా birlā 人 ビルラ
బీరువా bīruwā 名 箪笥；棚；ロッカー
బుల్లి bulli 形 小さい；かわいい
బూటా būṭā 名 小紋
బెల్లం bellaṃ 名 黒砂糖
బైట, బయిట baiṭa, bayiṭa 名 外 後 ～の外 副 外に
బొమ్మ bomma 名 人形；絵
బోవు → పోవు
బ్రాహ్మణ brāhmaṇa 形 バラモンの
బ్రాహ్మణుడు brāhmaṇuḍu 名 バラモン(男)

భ

భయం bhayaṃ 名 恐れ；恐怖
భయపడు bhayapaḍu 動 恐れる
భర్త bharta 名 夫
భవం bhawaṃ 名 建物；館；存在
భాగవతారు bhāgawatāru 名 バーガヴァタムの語り部
భారత, భారతదేశం bhārat, bhāratadēśaṃ 固 インド
భార్య bhārya 名 妻
భార్యాభర్తలు bhāryābhartalu 名 夫婦
భాష bhāṣa 名 言語
భోంచేయు bhōṃcēyu 動 食事する
భోజనం bhōjanaṃ 名 食事
భౌ భౌ bhau bhau 副 ワンワン(犬の鳴き声)

మ

మంగలి maṃgali 名 床屋
మంగళసూత్రం maṃgaḷasūtraṃ 名 結婚の首飾りにつけるロケット
మంచి maṃci 形 良い
మంచిది, మంచిదండి maṃcidi, maṃcidaṃḍi 間 さようなら；よし
మంచినీళ్లు maṃcinīḷlu 名 飲料水
మంచిరోజు maṃcirōju 名 吉日
మండలం maṃḍalaṃ 名 県；地域；地方
మంత్రి maṃtri 名 大臣
మంది maṃdi 接辞 ～人(人数)
మందిరం, మందిర్ maṃdiraṃ, maṃdir 名 ヒンドゥー寺院
మందు maṃdu 名 薬
మక్కా makkā 地 メッカ
మక్కామసీద్, మక్కామసీదు makkāmasīd, makkāmasīdu 固 メッカ・マスジッド(モスク)
మచిలీపట్నం macilīpaṭnaṃ 地 マチリーパトナム
మధ్య madhya 名 中間 後 ～の中間 形 中間の；真ん中の
మధ్యాహ్నం madhyāhnaṃ 名 昼
మన → మనం の斜格
మనం manaṃ 代 私たち(その場にいる全員)
మనకి, మనకు → మనం の与格
మనమడు manamaḍu 名 孫(男)
మనమరాలు manamarālu 名 孫娘
మనల్ని, మనల్ను → మనము の対格
మనిషి maniṣi 名 人
మనుషులు → మనిషి の複数形
మన్నించు manniṃcu 動 許す；大目

に見る
మమ్మల్ని, మమ్మల్ను → మేము の対格
మరచు maracu 動 忘れる
మరదలు maradalu 名 弟の妻(義妹)；夫や妻の妹(小姑)
మరి mari 間 では
మరిచిపోవు maricipōwu 動 忘れてしまう
మరిది maridi 名 妹の夫(義弟)；夫や妻の弟(小舅)
మరో marō 形 もうひとつの
మర్యాద maryāda 名 敬意；尊敬
మల్లెపువ్వు, మల్లెపూవు mallepuwwu, mallepūwu 名 ジャスミン
మళ్లీ maḷḷī 副 また；再び
★మళ్లీమళ్లీ 何度も繰り返し
మసీద్, మసీదు masīd, masīdu 名 モスク；マスジット
మహా mahā 形 大きな；偉大な
మహాభారతం mahābhāratam̩ 固 マハーバーラタ(叙事詩)
మా → మేము の斜格
మాంసం mām̩sam̩ 名 肉
మాకు → మేము の与格
మాచమ్మ mācamma 人 マーチャンマ
మాట māṭa 名 言葉；言う事
మాట్లాడు māṭlāḍu 動 話す
మాడిపోవు māḍipōwu 動 焦げてしまう
మాత māta 名 母
మాను mānu 動 変える；やめる
మానేయు mānēyu 動 やめてしまう
మామ, మామగారు māma, māmagāru 名 舅；母方のおじ；父方のおばの夫
మామిడికాయ māmiḍikāya 名 野菜のマンゴー；未熟なマンゴー
మామిడిపండు māmiḍipam̩ḍu 名 マンゴー
మామూలుగా māmūlugā 副 普段は；通常は
మామ్మ māmma 名 父方の祖母
మాయాబజార్ māyābajār 固 映画マーヤーバザール
మారుతి māruti 固 マルチ社；マルチ車の車
మార్చు mārcu 動 変える
★మార్చుకొను 自分で変える
మింగు mim̩gu 動 飲み込む
మిఠాయి miṭhāyi 名 菓子
మిమ్మల్ని, మిమ్మల్ను → మీరు の対格
మీ → మీరు の斜格

మీకు → మీరు の与格
మీద mīda 名 上 後 ～の上；～について；～に対して
మీదుగా mīdugā 副 ～経由で
మీరు mīru 代 あなた；あなた方
ముందటి → ముందు の斜格
ముందు muṃdu 名 前 後 ～の前 接辞 ～する前に
ముందుగా muṃdugā 副 前に；前もって
ముఖ్యం mukhyaṃ 名 大事；大切
ముఖ్యంగా mukhyaṃgā 副 重要で；大切で
ముఖ్యమంత్రి mukhyamaṃtri 名 州首相
ముఖ్యమైన mukhyamaina 形 重要な；大切な
ముగ్గు muggu 名 コーラム
ముగ్గురు mugguru 名 ３人
ముత్యం mutyaṃ 名 真珠
ముత్యాలు → ముత్యం の複数形
ముదురు muduru 形 濃い
ముద్దుగా muddugā 副 かわいい；愛すべき
ముద్రణ mudraṇa 名 版
మునగాల munagāla 地 ムナガーラ
ముప్పావు muppāwu 数 ４分の３
ముప్పై mupphai 数 30 形 30の
ముల్లు mullu 名 棘
ముళ్లు → ముల్లు の複数形
ముసల్మాను musalmānu 名 イスラーム教徒；ムスリム
ముహూర్తం muhūrtaṃ 名 吉日；吉祥の瞬間
మూడవ, మూడో mūḍawa, mūḍō 形 第３の
మూడు mūḍu 数 ３ 形 ３つの；３の
మూడో → మూడవ
మూయు mūyu 動 閉じる；覆う ★మూసుకొను 閉める
మూర్తి mūrti 人 ムールティ
మూసుకొను mūsukonu 動 自分で閉じる
మెడ meḍa 名 首
మెరయు merayu 動 光る；輝く
మేం → మేము
మేక mēka 名 山羊
మేన mēna 形 交叉の
★మేనకోడలు 名 自分と異性の兄弟姉妹の娘（姪） ★మేనత్త 父方のおば；姑；母方のおじの妻 ★మేనబావ 母方のおじの息子；父方のおばの息子（交叉従兄弟） ★మేనమరదలు 母方のおじの娘；父方のおばの娘（交叉従姉

妹）★మేనమరిది 母方のおじの息子；父方のおばの息子(交叉従兄弟）★మేనమామ 母方のおじ；舅；父方のおばの夫
★మేనల్లుడు 自分と異性の兄弟姉妹の息子(甥)
మేము, మేం mēmu, mēṃ 代 私たち
మేలు mēlu 名 有利；より良いこと；甘味
మొక్క mokka 名 苗
మొక్కబుట్ట mokkabuṭṭa 名 トウモロコシ
మొగపిల్లడు mogapillaḍu 名 少年
మొగవాడు mogawāḍu 名 男性
మొగవాణ్ణి → మొగవాడు の対格
మొత్తం mottaṃ 名 全部
మొత్తమొదట mottamodaṭa 副 1番最初に
మొదటి modaṭi 形 第1の
మొదలవు modalawu 動 始まる
మొదలుపెట్టు modalupeṭṭu 動 始める；始まる
మొరుగు morugu 動 吠える
మొహం mohaṃ 名 顔
★మీమొహం 間 まったくあなたは！
మొహమ్మద్ mohammad 人 モハンマド
మ్యావ్ మ్యావ్ myau myau 副 ニャーニャー(猫の鳴き声)

య

యాత్ర yātra 名 旅；巡礼

ర

రంగమ్మ raṃgamma 人 ランガンマ
రంగు raṃgu 名 色；肌の色
రండి → వచ్చు の命令形
రకరకాల rakarakāla 形 色々な
రఘునాధ raghunādha 人 ラグナーダ
రచయిత racayita 名 男性作家
రచయితలు → రచయిత の複数形
రచయిత్రి racayitri 名 女流作家
రహస్యం rahasyaṃ 名 秘密；謎
రహస్యాలు → రహస్యం の複数形
రా → వచ్చు の命令形・不定詞
రా rā 接辞 ほら〜だってば！
రాజ rāja 名 王
రాజకీయ rājakīya 名 王朝；政府
★రాజకీయనాయకుడు 政治家(男)
రాజధాని rājadhāni 名 都；首都；州都
రాజభవం rājabhawaṃ 名 宮殿

రాజమండ్రి rājamaṃḍri 地 ラージャマンドリ
రాజు rāju 人 ラージュ 名 王
రాత rāta 名 書き方
రాతి → రాయి の斜格
రాత్రి rātri 名 夜
రాదు → వచ్చు の否定形
రాధ rādha 人 ラーダ
రామచిలుక rāmaciluka 名 オウムの一種
రామకృష్ణ, రామకృష్ణుడు rāmakṛṣṇa, rāmakṛṣṇuḍu 人 ラーマクリシュナ
రామప్ప rāmappa 人 ラーマッパ
రామలక్ష్మయ్య rāmalakṣmayya 人 ラーマラクシュマイヤ
రామాయణం rāmāyaṇaṃ 固 ラーマーヤナ(叙事詩)
రాముడు rāmuḍu 人 ラームドゥ 固 ラーマ神
రాములు rāmulu 人 ラームル
రాయలసీమ rāyalasīma 地 ラーヤラシーマ地方
రాయి rāyi 名 石
రాయించు rāyiṃcu 動 書かせる
రాయు rāyu 動 書く
రావు rāwu 人 ラーウ；ラオ
రాష్ట్రం rāṣṭraṃ 名 州
రాసుకొను rāsukonu 動 自分で書く
రూపాయి rūpāyi 名 ルピー
రెండవ, రెండో remḍawa, remḍō 形 第2の
రెండు remḍu 数 2 形 ふたつの；2の
రెండో → రెండవ
రెడ్డి reḍḍi 名 レッディ(カースト) 人 レッディ
రేపటి → రేపు の斜格
రేపు rēpu 名 明日
రైతు raitu 名 農民
రోజు rōju 名 日
రోజూ rōjū 名 毎日

ల

లంచం laṃcaṃ 名 賄賂
లంబాడీ laṃbāḍī 名 ランバーダ；バンジャーラー(移動民のコミュニティ)
లక్ష lakṣa 数 10万 形 10万の
లక్ష్మి lakṣmi 人 ラクシュミ 固 ラクシュミー女神
లడ్డు laḍḍu 名 ラッドゥ菓子
లలితకళ lalitakaḷa 名 美術
లలితకళాతోరణం lalitakaḷātōraṇaṃ 名 芸術劇場
లా, లాగ, లాగా, లాగు lā, lāga, lāgā,

lāgu 後 〜のよう(に・な)
లాంటి → లా の斜格
లాగు → లాగ
లాటి → లా の斜格
లావాటి → లావు の斜格
లావు lāwu 名 太さ
లావుగా lāwugā 副 太って
లే lē 動 〜ない 助 〜できない；〜するのは無理だ 間 (強調語尾) 〜だとも！；లేచు の命令形
లేచు lēcu 動 起きる
లేత lēta 形 若い；未熟な
లేదు lēdu 動 〜ない ★లేదంటే ないなら ★లేదన్నా なくても
లో lō 後 〜の中；〜のところ；〜で；〜のために
లోకువ lōkuwa 名 低さ 形 低い
లోపల lōpala 名 中 後 〜の中 接辞 〜までの間に

వ

వంట wamṭa 名 料理 ★వంటచేయు 動 料理する
వంటి wamṭi 後 〜のような
వంటిల్లు wamṭillu 名 台所
వండు wamḍu 動 料理する
వంద wamda 数 100 形 100の
వచ్చు, అచ్చు waccu, accu 動 来る；できる；育つ；咲く；伴う；出てくる 助 〜してよい；〜するだろう；〜かもしれない ★వచ్చీరాని 形 できるともできないともつかない ★రాకరాక 副 しばらくして ★రాదు 助 〜するな；〜できない；〜するな
వచ్చే waccē 形 次の；今度の
వడ్లు waḍlu 名 籾
వత్తు, ఒత్తు wattu, ottu 名 子音記号
వదినె wadine 名 兄嫁(義姉)；夫や妻の姉(小姑)
వదులు wadulu 動 放つ；緩める
వద్దు, అద్దు waddu, addu 間 いらない！ ★వద్దు 助 〜するべきではない；〜しないでくれ
వయసు wayasu 名 年齢
వరంగల్లు waramgallu 地 ワランガル
వరకు waraku 後 〜まで 接辞 〜するまでに
వరద warada 名 洪水
వర్షం warṣam 名 雨
వర్షకాలం, వర్షాకాలం warṣakālam, warṣākālam 名 雨期
వల్ల walla 後 〜のせい；〜の力で 接辞 〜する(した)ので
వసంత, వసంతం wasamta,

wasaṃtaṃ 名 春
వసంతోత్సవం wasaṃtōtsawaṃ 固 ホーリー祭
వస్తువు wastuwu 名 品物
వాకిటి → వాకిలి の斜格
వాకిలి wākili 名 玄関口の敷居
వాటి → అవి の斜格
వాటికి → అవి の与格
వాటిని → అవి の対格
వాడి → వాడు の斜格
వాడికి → వాడు の与格
వాడు wāḍu 代 その(あの)男；彼；そいつ(あいつ)
వాణ్ణి → వాడు の対格
వాన wāna 名 雨
వాని → వాడు の斜格
వానికి → వాడు の与格
వాయించు wāyiṃcu 動 奏でる；演奏する
వారం wāraṃ 名 週
వారి → వారు の斜格
వారికి → వారు の与格
వారిని → వారు の対格
వారు wāru 代 彼女；彼(ら)
వార్త wārta 名 ニュース
వాలి → ఆలి
వాళ్ల → వాళ్లు の斜格
వాళ్లకి, వాళ్లకు → వాళ్లు の与格
వాళ్లని, వాళ్లను → వాళ్లు の斜格
వాళ్లు wāḷlu 代 彼ら；その(あの)人々
వాస్తు wāstu 名 家相
వింతగా wiṃtagā 副 独特で
విందు wiṃdu 名 夕食会；パーティー
విగ్రహం wigrahaṃ 名 彫刻
విగ్రహాలు → విగ్రహం の複数形
విజయనగర vijayanagara 名 ヴィジャヤナガル朝(14～17 世紀)
విజయవాడ wijayawāḍa 地 ヴィジャヤワーダ
విదుల్చు widulcu 動 取り払う；振り払う
విద్యార్థి widyārthi 名 学生
విద్యార్థులు → విద్యార్థి の複数形
వినబడు winabaḍu 動 耳に入る；聞こえる
వినాయకుడు wināyakuḍu 固 ガネーシャ神；ヴィナーヤカ神
వినిపించు winipiṃcu 動 聞かせる ★వినిపించుకొను 聞こえる
విను winu 動 聞く
విలీనం wilīnaṃ 名 併合；吸収；合併
వివరించు wiwariṃcu 動 明らかにする；説明する

విశాఖపట్నం wiśākhapaṭnam 地 ヴィシャーカパトナム
విశేషం wiśēṣam 名 素晴らしいこと
విశేషాలు → విశేషం の複数形
విషయం wiṣayam 名 事
వీటి → ఇవి の斜格
వీటికి → ఇవి の与格
వీటిని → ఇవి の対格
వీడి → వీడు の斜格
వీడికి → వీడు の与格
వీడు wīḍu 代 この男；彼；こいつ
వీణ wīṇa 名 ヴィーナ（弦楽器）
వీణ్ణి → వీడు の対格
వీధి wīdhi 名 道
వీని → వీడు の斜格
వీనికి → వీడు の与格
వీరి → వీరు の斜格
వీరికి → వీరు の与格
వీరిని → వీరు の対格
వీరు wīru 代 彼（ら）；彼女（ら）；この男性；この女性；この人（たち）
వీలు wīlu 名 都合
వీళ్ల → వీళ్లు の斜格
వీళ్లకి, వీళ్లకు → వీళ్లు の与格
వీళ్లని, వీళ్లను → వీళ్లు の対格
వీళ్లు wīḷlu 代 この人々；彼ら；彼女ら
వెంకటగిరి weṃkaṭagiri 地 ヴェンカタギリ
వెంకటేశ్వర weṃkaṭēśwara 固 ヴェンカテーシュワラ神
వెంటనే weṃṭanē 副 すぐに；とたんに 接辞 ～したとたんに；～するとすぐに
వెతుకు wetuku 動 捜す
★వెతుకుకొను 自分で捜す
వెధవ wedhawa 名 間 バカ；ろくでなし；役立たず
వెనక wenaka 名 後ろ 後 ～の後ろ
వెనకటి → వెనక の斜格
వెనకాల wenakāla 後 後ろに
వెయ్యి → వేయి
వెళ్లిపోవు weḷlipōwu 動 行ってしまう
వెళ్లు weḷlu 動 行く
వెళ్లొచ్చు weḷloccu 動 行ってくる
వెళ్లొస్తాను weḷlostānu 間 さようなら
వేటి → ఏమిటి の斜格
వేటికి → ఏమిటి の与格
వేటిని → ఏమిటి の対格
వేడి wēḍi 形 熱い
★వేడివేడి ぬるい
వేయి, వెయ్యి wēyi, weyyi 数 1000

形 1000の
వేయు wēyu 動 よそう；盛る；入れる；注ぐ；載せる；催す；描く；置く；身につける 助 ～してしまう；～しておく；～する
వేరు wēru 形 別の
వేలు → వేయి の複数形
వేలు wēlu 名 指
వేసుకొను wēsukonu 動 自分でよそう；取る
వైద్యం waidyaṃ 名 薬；薬学；医学
వైపు waipu 名 方向 後 ～の方向
వ్యాపారం wyāpāraṃ 名 商売；取引

శ

శభాష్ śabhāṣ 間 良くできました！
శర్మ śarma 人 シャルマ
శాస్త్రం śāstraṃ 名 科学
శ్రీ śrī 接辞 聖～（尊敬接頭辞）
శ్రీకాళహస్తి śrīkāḷahasti 地 シュリカーラハスティ
శ్రీదేవి śrīdēwi 人 シュリデーヴィ
శ్రీ శ్రీ śrī śrī 人 シュリー・シュリー（現代詩人 శ్రీరంగం శ్రీనివాసరావు の愛称）

స

సంక్రాంతి saṃkrāṃti 固 サンクラーンティ祭
సంగతి saṃgati 名 事；物事
సంఘం saṃghaṃ 名 協会
సంఘటన saṃghaṭana 名 出来事；事件
సంఘానికి → సంఘం の与格
సంజీవ saṃjīwa 人 サンジーヴァ
సంత saṃta 名 市場
సంతోషం saṃtōṣaṃ 名 幸福；めでたいこと
సంతోషకరంగా saṃtōṣakaraṃgā 副 嬉しく；幸福で
సంతోషపడు saṃtōṣapaḍu 動 喜ぶ
సందడి saṃdaḍi 名 祝宴
సందేహం saṃdēhaṃ 名 疑問
సంధ్య saṃdhya 名 薄明；薄暮；曙；黄昏
సంపాదించు saṃpādiṃcu 動 金銭などを稼ぐ；集める
సంబంధం saṃbaṃdhaṃ 名 関係；縁組み
సంవత్సరం saṃwatsaraṃ 名 年
సంవత్సరాలు → సంవత్సరం の複数形
సమయం samayaṃ 名 機会；時期
సమ్మె samme 名 ストライキ；罷業
సగం sagaṃ 名 半分；２分の１
సరదాగా saradāgā 副 楽しく

సరికి sariki 接辞 〜する時までに
సరిగా sarigā 副 よく；きちんと；ちゃんと
సరిపోవు saripōwu 動 足りる
సరే sarē 間 オーケー
సల్వార్ కమీజు salwār kamīju 名 サルワール・カミーズ(パンジャビー・ドレス)
సహాయం, సాయం sahāyaṃ, sāyaṃ 名 援助
సాంబార్, సాంబారు sāṃbār, sāṃbāru 名 サンバル(料理)
సాగు sāgu 動 つづく；つづける 助 〜しつづける
సామాను sāmānu 名 荷物
సామ్రాజ్యం sāmrājyaṃ 名 王朝
సారి sāri 名 回；回数
సార్లు → సారి の複数形
సాయం → సహాయం
సాయంకాలం sāyaṃkālaṃ 名 夕方
సావకాశంగా sāwakāśaṃgā 副 気楽に
సికిందరాబాద్, సికిందరాబాదు sikiṃdarābād, sikiṃdarābādu 地 シキンダラーバード
సిగ్గు siggu 名 恥
సిద్ధంగా siddhaṃgā 副 準備が整って
సిద్ధించు siddhiṃcu 動 獲得する；達成する；実現する
సిద్ధిపేట siddhipēṭa 地 スィッディペータ
సీత sīta 人 シータ
సీతమ్మ sītamma 人 シータンマ
సీతాఫలం sītāphalaṃ 名 シーターパラム(果物)
సుఖం sukhaṃ 名 幸福
సుఖాలు → సుఖం の複数形
సున్న sunna 名 無いこと
సుబ్బమ్మ subbamma 人 スッバンマ
సుబ్రంగా subraṃgā 副 きれいに
సురభి థియేటరు surabhi thiyēṭaru 固 スラヴィ劇団
సులభం sulabhaṃ 名 容易
సులభంగా sulabhaṃgā 副 容易に；簡単に
సులభమైన sulabhamaina 形 容易な；簡単な
సూర్యుడు sūryuḍu 名 太陽；お天道様
సెలవు selawu 名 休暇
సేపు sēpu 名 期間 後 〜の期間
సోమవారం sōmawāraṃ 名 月曜
స్త్రీ strī 名 女性
స్నానం snānaṃ 名 沐浴；湯浴み；水浴び；シャワー
స్నేహితుడు snēhituḍu 名 友だち(男)

స్నేహితుని → స్నేహితుడు の対格

స్నేహితురాలు → స్నేహితుడు の女性形

స్నేహితురాళ్లు → స్నేహితురాలు の複数形

స్నేహితులు → స్నేహితుడు の複数形

స్వాతంత్ర్యం swātaṃtryaṃ [名] 独立

స్వామి swāmi [名] 司祭

హ

హరికథ harikatha [名] ハリカタ（舞踊劇）

హరీశ్ harīś [人] ハリーシュ

హాజ్ hāj [名] メッカ巡礼

హాయిగా hāyigā [副] 心地よい；涼しい

హిందీ hiṃdī [固] ヒンディー語

హిందువు hiṃduwu [名] ヒンドゥー教徒

హృదంతరాళం hṛdaṃtarāḷaṃ [名] 心の底

హైదరాబాద్, హైదరాబాదు haidarābād, haidarābādu [地] ハイダラーバード

著者紹介

山田桂子［やまだ・けいこ］茨城大学人文社会科学部教授（インド近代史）

目録進呈　落丁本・乱丁本はお取替えいたします。

2010年（平成22年）6月10日　© 第1版発行
2023年（令和5年）5月30日　第2版発行
（第2刷）

基礎テルグ語

著者　山田桂子
発行者　佐藤政人

発行所
株式会社 大学書林
東京都文京区小石川4丁目7番4号
振替口座　00120-8-43740
電話（03）3812-6281～3番
郵便番号 112-0002

ISBN978-4-475-01053-5　ロガータ・横山印刷・牧製本